തെരുവിൽ നനഞ്ഞു തീരുന്ന പ്രതിമകൾ

Theruvil nananju theerunna prathimakal
Poems

S Remesan

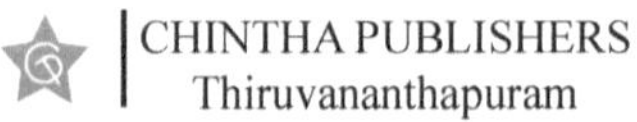 CHINTHA PUBLISHERS
Thiruvananthapuram

First Edition
November 2021

Published & Typesetting
Chintha Publishers, Thiruvananthapuram

Cover Design
Vinod Mangoes

ISBN : 978-93-90301-92-8

CO - 3044 / 5626

₹ 120

Email: chinthapublishers@gmail.com
Website: www.chinthapublishers.com

Distribution
DESHABHIMANI BOOKHOUSE
H O Thiruvananthapuram 695035

Branch
Head Office Kunnukuzhi • Statue Thiruvananthapuram •
KSRTC Bus Station Thiruvananthapuram
KSRTC Bus Station Alappuzha • KSRTC Bus Station Ernakulam •
Machingal Lane Thrissur • IG Road Kozhikode •
Mavoor Road Kozhikode • NGO Union Building Kannur •
Central Bus Terminal Complex Thavakkara Kannur

തെരുവിൽ നനഞ്ഞു തീരുന്ന പ്രതിമകൾ

(കവിതകൾ)

എസ് രമേശൻ

ചിന്ത പബ്ലിഷേഴ്സ്
തിരുവനന്തപുരം-695 035
₹ 120

എസ് രമേശൻ

കവി, സാംസ്കാരിക പ്രവർത്തകൻ, പത്രാധിപർ. 1952 ഫെബ്രുവരി 16 ന് കോട്ടയം ജില്ലയിലെ വൈക്കത്തു ജനനം. തത്ത്വശാസ്ത്രത്തിൽ കേരള സർവ്വകലാശാലയിൽ നിന്ന് ബിരുദാനന്തരബിരുദം. എറണാകുളം ഗവൺമെന്റ് ലോ കോളേജിൽനിന്ന് നിയമ വിദ്യാഭ്യാസം.

വൈക്കം ഗവൺമെന്റ് ഹൈസ്കൂൾ, ചേർത്തല സെന്റ് മൈക്കിൾസ് കോളേജ്, എറണാകുളം മഹാരാജാസ് കോളേജ് എന്നിവിടങ്ങളിൽ വിദ്യാ ഭ്യാസം. 1973 ലും 1975 ലും എറണാകുളം മഹാരാജാസ് കോളേജ് യൂണി യൻ പ്രസിഡന്റ്. സ്റ്റേറ്റ് ബാങ്ക് ഓഫ് ട്രാവൻകൂർ, സെൻട്രൽ സോഷ്യൽ വെൽഫെയർ ബോർഡ്, കേരള സംസ്ഥാന ഗ്രാമ വികസന വകുപ്പ് എന്നി വിടങ്ങളിൽ വിവിധ തസ്തികകളിൽ ഉദ്യോഗം.

പുരോഗമന കലാസാഹിത്യ സംഘം ജനറൽ സെക്രട്ടറി. 1996–2001 സാംസ്കാരിക വകുപ്പുമന്ത്രി ടി കെ രാമകൃഷ്ണന്റെ അഡീഷണൽ പ്രൈവറ്റ് സെക്രട്ടറി. *ഗ്രാമഭൂമി, ഗ്രന്ഥാലോകം* മാസികകളുടെ മുഖ്യപ ത്രാധിപരായി പ്രവർത്തിച്ചു. SPCS ഡയറക്ടർ, KSLC സംസ്ഥാന നിർവ്വാ ഹക സമിതി അംഗം, 2007 ൽ അഡീഷണൽ ഡെവലപ്മെന്റ് കമ്മീഷ ണർ തസ്തികയിലിരിക്കെ സർവ്വീസിൽനിന്നും വിരമിച്ചു. കവിതയ്ക്കുള്ള 2015 ലെ കേരള സാഹിത്യ അക്കാദമി അവാർഡ് (*ഹേമന്തത്തിലെ പക്ഷി*), സമഗ്ര സംഭാവനയ്ക്കുള്ള 2018 ലെ ആശാൻ പുരസ്കാരം എന്നിവ നേടി. കൂടാതെ, അബുദാബി ശക്തി, ഫൊക്കാന (അമേരിക്ക), മൂലൂർ, ചെറു കാട്, എ പി കളയ്ക്കാട് അവാർഡുകളും നേടിയിട്ടുണ്ട്. എറണാകുളത്ത് സ്ഥിരതാമസം.

കൃതികൾ: *ശിഥില ചിത്രങ്ങൾ, മല കയറുന്നവർ, കറുത്ത കുറിപ്പു കൾ, എനിക്കാരോടും പകയില്ല, കലുഷിത കാലം, അസ്ഥിശയ്യ, എസ് രമേശന്റെ കവിതകൾ, ഹേമന്തത്തിലെ പക്ഷി, കറുത്ത വവ്വാലുകൾ, ഈ തിരുവസ്ത്രം ഉപേക്ഷിക്കുകയാണ്* (കവിതകൾ), *പി ജെ ആന്റണിയുടെ സമ്പൂർണ്ണ കൃതികൾ 4 വാല്യം* (ജനറൽ എഡിറ്റർ), *അക്ഷരങ്ങളെ ആർക്കാണു പേടി, മഷിയുണങ്ങാത്ത പൊൻപേന* (ലേഖനങ്ങൾ), *ഓർമ്മി ക്കാൻ 9 കഥകൾ, അറിവിന്റെ ജാലകം* (ബാലസാഹിത്യം), *വിലങ്ങുകൾ, ടി ടി മാധവൻ സ്മരണ* (എഡിറ്റർ), *Unquiet Coast* (English Poems).

ഭാര്യ	: ചെമ്പഴന്തി എസ് എൻ കോളേജ് പ്രൊഫസറായിരുന്ന ഡോ. ടി പി ലല.
മക്കൾ	: ഡോ. സൗമ്യ, സന്ധ്യ
പേരക്കിടാങ്ങൾ	: സംഘമിത്ര, ആദിഷ്
വിലാസം	: യമുന ഹൗസ് എസ് ആർ എം ക്രോസ് റോഡ് പച്ചാളം, കൊച്ചി 682012.
ഫോൺ	: 9447414211

ഉള്ളടക്കം

പ്രസാധകക്കുറിപ്പ്

അതിതീക്ഷ്ണമായ സാമൂഹ്യാവസ്ഥകളെ നിസ്സംഗത യോടെ നോക്കുന്ന പുതിയ തലമുറയുടെ കാലത്ത് അത്തരം നിസ്സംഗതകളല്ല, മറിച്ച് ഉറച്ച രാഷ്ട്രീയബോധ്യത്തോടെ യുള്ള ഇടപെടലുകളാണ് അനിവാര്യമെന്ന് ചൂണ്ടിക്കാണി ക്കുന്ന കവിയാണ് എസ് രമേശൻ. ഇരുണ്ടകാലത്തിന്റെ ആസുരതാളങ്ങളെ അതിലളിതവത്ക്കരണ സമീപനങ്ങളി ലൂടെ പ്രതിരോധിക്കാനാവുകയില്ലെന്ന യാഥാർത്ഥ്യത്തെ വ്യക്തമാക്കുന്ന കവി, ജാഗ്രതയോടെ ജനസമൂഹം ഉണർന്നി രിക്കേണ്ടതുണ്ട് എന്ന് സമർത്ഥിക്കുന്നു. കവിതയെ പുതി യൊരു വായനാനുഭവമാക്കിത്തരുന്ന എസ് രമേശന്റെ പുതിയ കവിതാസമാഹാരമായ *തെരുവിൽ നനഞ്ഞു തീരുന്ന പ്രതിമകൾ* വായനക്കാർക്കായി സമർപ്പിക്കുന്നു.

ചിന്ത പബ്ലിഷേഴ്സ്

രക്തം നിന്റെ സഹോദരന്റെ

നീ ചെയ്തതെന്ത്?
നിന്റെ സഹോദരന്റെ രക്തം
മണ്ണിൽനിന്നെന്നോട് സംസാരിക്കുന്നു!

ഇതികർത്തവ്യഥാ മൂഢനായി
നിന്ന നിന്റെ പുത്രനോട്
ഞാൻ അന്നു പറഞ്ഞു
ഒരിക്കൽ
ഭൂമി ആകൃതിയില്ലാത്തതും ശൂന്യവും
ഇരുട്ട് ആഴത്തിന്മീതെയും
ആയിരുന്നപ്പോൾ,

വെളിച്ചമുണ്ടാകട്ടെ
എന്നായിരുന്നു എന്റെ കല്പന
അപ്പോൾ ആദ്യത്തെ വെളിച്ചം!

വെളിച്ചത്തെ ഇരുട്ടിൽ നിന്നെടുത്ത് മാറ്റി
വെളിച്ചത്തിന് പകലെന്നും
ഇരുട്ടിന് രാത്രിയെന്നും പേര് ചൊല്ലി വിളിച്ചപ്പോൾ,
ആദ്യത്തെ സന്ധ്യ!

പിന്നീട് ഉഷസ്സായി
ഏഴാം ദിവസം

ഭൂമിയുടെ പൊടികൊണ്ട്
സൃഷ്ടി തുടങ്ങിയപ്പോൾ
നാസികകളിലേക്ക്
നിന്റെ പിതാവിന്റെ ആദ്യ ശ്വാസം,

പിന്നീടയാളുടെ
സ്വാർത്ഥതയ്ക്കറുതി വരുത്താൻ
വാരിയെല്ലെടുത്ത്
ഭൂമിക്ക് മറ്റൊരാൾരൂപം!

അപ്പോഴാണ് ആദ്യമായി ചെകുത്താൻ
അവളുടെ ചാരെ ഫണം നീർത്തി
തൊടിയുടെ നടുവിലെ
മരത്തിൽ തേൻ കനികൾ കാട്ടിയത്..
ജനിമൃതികളുടെ
അനന്ത സീമകളിലേക്ക്
നാവുകൾ നീട്ടിയത്!

പിന്നിൽ
അടഞ്ഞ കണ്ണും കാതും തുറക്കുമെന്നുരച്ചപ്പോൾ
നന്മ തിന്മകളെ തിരിച്ചറിയുമെന്നും
നിങ്ങൾ നിങ്ങളല്ലാതാകുമെന്നും,
അങ്ങനെയാണ് ആദ്യമായി
നഗ്ന മേനികൾക്ക് മേൽ
അത്തിയിലകൾ തുന്നിക്കെട്ടിയ
വസ്ത്രംവീണത്..

എന്റെ വിളി കേൾക്കേ
കാണാമറയത്ത് നാണിച്ച്
വിതുമ്മലിൽ
സർപ്പനാവുകൾ വർഷിച്ച
ആരോ
വേദമാവർത്തിച്ചത്!

ഓർമ്മയുണ്ടോ നിന്റെ പിതാവിനു നഷ്ടമായത്
ആരുടെ പറുദീസ?

വേദമോതിയവന്നു നേരെ
അന്നു ഞാൻ ഗർജ്ജിച്ചു:

നീ കന്നുകാലികളെക്കാളും കാട്ടു ജന്തുക്കളെക്കാളും
ശപ്തൻ
ഉരസ്സുകൊണ്ട് നീ ഇഴഞ്ഞു നടക്കും
ജീവിത കാലം മുഴുവൻ
പൊടി തിന്നും
നീയും സ്ത്രീയും തമ്മിലും
നിന്റെ സന്തതിയും
സ്ത്രീയുടെ സന്തതിയും തമ്മിലും
ശത്രുതയുളവാകും
അവൻ നിന്റെ തലചതയ്ക്കും
നീയവന്റെ കുതികാലിൽകൊത്തും

നിന്റെ മക്കൾ..?
അവരിലൊരാൾ മറ്റെയാളെ കൊന്നതും
ആരും ആരുടെയും
സൂക്ഷിപ്പുകാരനല്ലെന്ന് പറഞ്ഞതും
ആരുടെ നീതി?

നിന്റെ സഹോദരന്റെ രക്തം
മണ്ണിൽ നിന്നെന്നോട് സംസാരിക്കുന്നു
ഇപ്പോൾ
ഭൂമിയിൽ അധർമ്മം നിറഞ്ഞിരിക്കുന്നു
എല്ലാ മനുഷ്യരും
അധർമ്മ ചാരികൾ
സർവ്വനാശം തന്നെ വിധി
ഭൂമിയിൽ അക്രമം നിറഞ്ഞുകവിഞ്ഞിരിക്കുന്നു.

സൃഷ്ടിക്കപ്പെട്ടതെല്ലാം
ഭൂമുഖത്ത് നിന്നു
മായിക്കപ്പെടേണ്ടിയിരിക്കുന്നു!
ഭൂമുഖത്ത് നിന്നു
മായിക്കപ്പെടേണ്ടിയിരിക്കുന്നു!

ഇന്ന് നിന്റെ പേരക്കുട്ടിയോട്
എനിക്കു പറയാനുള്ളത്:
ഈ ഭൂമുഖത്ത് നിന്നു
എല്ലാം
മായിക്കപ്പെടണം!

എസ് രമേശൻ

ഗോഫർ മരത്താൽ
ഒരു പെട്ടകം
പെട്ടകത്തിന്
മുന്നൂറു മുഴം നീളം
അൻപത് മുഴം വീതി
മുപ്പതു മുഴം ഉയരം
പിന്നെ നീ നോഹ,
നിന്റെ കുടുംബം,
ശുദ്ധിയുള്ള മൃഗങ്ങളിൽ
ആണും പെണ്ണുമായി
ഏഴു ജോടി
നാല്പതു രാവ്
നാല്പതു പകൽ
മഴ, മഹാപ്രളയം..
സർവ്വ നാശം..

നശിക്കട്ടെ
ഭൂമിയിലുള്ളതെല്ലാം!

നീ
നീ ചെയ്തതെന്ത്?
നിന്റെ സഹോദരന്റെ രക്തം
മണ്ണിൽനിന്നെന്നോട് സംസാരിക്കുന്നു!

വിഭജനത്തിന്റെ നീരുറവകൾ

അല്ലെങ്കിൽ
വിഭജനത്തിന്റെ വേദനയറിഞ്ഞവർ
അതിന്റെ അർത്ഥവും
തീവ്രതയും അറിഞ്ഞവർ
നമുക്കിടയിൽ
എത്രപേർ
എത്രപേരുണ്ട്?

വിഭജനത്തിന്റെ വേദനയിലൊഴുകിയ
ചോര വാർന്നു വാർന്നു വറ്റിപ്പോയ
നദികളെക്കുറിച്ച്
ഓർമ്മയുള്ളവർ
നമുക്കിടയിൽ
എത്ര പേരുണ്ട്?
അല്ലെങ്കിൽ
എല്ലാമെല്ലാം
ആരാരറിയാൻ?

ഓളങ്ങളെ
കൈമാടി വിളിച്ചിരുന്ന
പൂക്കൈത നാമ്പുകളും
മണ്ണും മാനവും തൊടാതെ
ശിഖരങ്ങളിലിരുന്നു
ഊഞ്ഞാലാടിയ

എസ് രമേശൻ

നീലവാലൻ കിളികളും
ഓളങ്ങളെ
താണു താണു തൊട്ട
അരളിമരങ്ങളുടെ
ശിഖര ഭംഗികളും.

മാറി മാറി വന്നുകൊണ്ടിരുന്ന
വസന്തവും
ഗ്രീഷ്മവും
എല്ലാം എവിടെ?

നദിയൊഴുകിയ മുറിവുകളിലിപ്പോൾ
വെയിലിന്റെ
ചോര വിരലുകൾ മാത്രം.....

അക്കരെയുമിക്കരെയും
കരകളിൽനിന്നു
കരകളിലെത്തി
കണ്ണോടു കണ്ണു നോക്കി
കേട്ട പാട്ടുകളും
കേൾക്കാത്ത താളങ്ങളും
നൃത്തച്ചുവടുകളുമായി
അന്തി മയങ്ങുമ്പോൾ
ഇക്കരകളിലെത്തിയും
പിന്നെ!!
നിദ്രയുടെ നീലയാമങ്ങളിൽ
കരകളും ഫയങ്ങളുമില്ലാതെ
നദിന്നിലൂടെ
സ്വപ്നങ്ങളുടെ കളിയോടങ്ങളിൽ
ഒഴുകിയൊഴുകി
മേഘങ്ങളുടെ വിരലുകൾ മുത്തി
ഉറങ്ങിക്കിടന്നതും
അതെ
വിഭജനത്തിനു മുമ്പുള്ള
രാപ്പാതിരകളിൽ
എന്തെന്തായിരുന്നു?

ഹൂഗ്ലിയിലും സത്ലജ്ജിലും
മഞ്ഞുരുകുന്നു....

വെള്ളപ്പൊക്കം!
തോണികൾക്കുനേരെ
ആരാരൊക്കയോ
തോക്കു ചൂണ്ടിനില്ക്കുന്നു!

പുലരി വരുന്നത്
ചോര പുരണ്ട
ഈ പുളിനങ്ങളിലേക്കാണ്
ശിരസ്സുകളും കൈകാലുകളുമറ്റ്
ശ്വാസവും ആത്മാവുമറ്റ്
റെയിൽവേ സ്റ്റേഷനുകളിൽ
മരിച്ചുകിടക്കുന്ന
ഗുഡ്സ് വാഗണുകളിലേക്കാണ്!

എന്തു നിശ്ശബ്ദമായിരുന്നു ഇവിടൊക്കെ?

നദിയൊഴുകിയ
വഴികളിലെല്ലാം ഇപ്പോൾ
ഇരുമ്പിന്റെ മുൾവേലികൾ.....

ചെടികളുഞ്ഞാലാടിയ
തീരങ്ങളിലെല്ലാം ഇപ്പോൾ
കാവൽ മാടങ്ങൾ
കാവൽ മാടങ്ങളിലൊക്കെ
ഉറക്കമിളച്ചടവാർന്ന
ഭടന്മാരുടെ നെടുവീർപ്പുകൾ
രാപകൽ
പ്രകാശിച്ചിരുന്ന നക്ഷത്രങ്ങളുടെ സ്ഥാനത്ത്
വാനം മുഴുവൻ
കഴുകൻ കണ്ണുകൾ

ഇതാ യമുനയ്ക്കു മേൽ ആരോ
മറ്റൊരു ചരിത്രമെഴുതി
ഉണക്കാനിട്ടിരിക്കുന്നു
അത്യുന്നത നീതി പീഠത്തിൽനിന്നും
ആർക്കോ ജാമ്യമനുവദിച്ചിരിക്കുന്നു
ജാമ്യമനുവദിച്ചിരിക്കുന്നു.

തെരുവിലൂടെ
ആടിയും പാടിയും
ആക്രോശിച്ചും
പായുന്നവർക്കു പിന്നാലേ
വെടിയുണ്ടകളും.

കണ്ണീർ വാതക ഷെല്ലുകളും
ചീറിപ്പായുന്നു

ക്ലോക് ടവ്വർ
നാലായി കീറി
തെരുവിൽ വീണു പിടയുന്നു......

അറിവീല
ഇതു മറ്റൊരു വിഭജനത്തിന്റെ
തുടക്കമായിരിക്കാം
എന്താണത്
തെരുവിലേക്ക് ആരോ
മറ്റൊരു
ഒരു പ്രസ് റിലീസുകൂടി
ചുരുട്ടിയെറിഞ്ഞതുപോലെ.....

മുറുക്കിച്ചുവന്ന പൂ

വെറ്റില മുറുക്കാറുണ്ടായിരുന്നു ഞാൻ തളിർ
വെറ്റില, നൂറും, പാക്കുകഷ്ണവും സമം ചേർത്തും,
ജാപ്പാണം പുകയിലത്തുണ്ടു കൂട്ടിയും കെട്ടി
വായ്ക്കുള്ളിലിട്ടു ചവച്ചാഞ്ഞു തുപ്പിയു, മപ്പോ
ളെന്തെന്തു ചുകപ്പായിരുന്നു; ചെമ്പരത്തിപ്പൂവിൻ,
ചെഞ്ചോര നിറമാർന്ന മണ്ണിനും മേഘങ്ങൾക്കും!

വെറ്റില മുറുക്കുവാൻ പഠിപ്പിച്ചതമ്മൂമ്മ, കൊച്ചു
കുട്ടിയായിരുന്നപ്പോളാരും കാണാതെ, നീട്ടി
ത്തുപ്പുമ്പോളവിടൊക്കെ വിടർന്ന ചെത്തിപ്പൂക്ക
ളിപ്പോഴും നിറംമങ്ങാതോർമ്മയിൽ തിളങ്ങുന്നു!

മുറുക്കിച്ചുവപ്പിച്ച ചുണ്ടുമായ് ഉത്സാഹത്താൽ
നടക്കുന്നവർക്കിടയ്ക്കായിരുന്നുവെൻ ഗതി
കെട്ട ജീവിതം ബാല്യം ശൈശവം കൗമാരവും
ഭീതയൗവനം ഛായാ രഹിത വാർദ്ധക്യവും!

തിരിഞ്ഞു നോക്കി നാലും കൂട്ടിയാവേശത്തോടെ
മുറുക്കിച്ചുവപ്പിച്ച രാത്രികൾ പകലുകൾ
ഉണർന്നാൽ വീണ്ടും പൊതി തുറന്നു മുറുക്കുവാൻ
തുടങ്ങുന്നതു പോലെയുള്ള അത്യുത്സാഹങ്ങൾ,

തെരുവിൽ പരദേശിക്കൂട്ടങ്ങൾ 'പാൻ'വില്ക്കുന്നു
ണ്ടവിടെ തിരക്കുണ്ട്,; വില്പനക്കാരാരുമേ

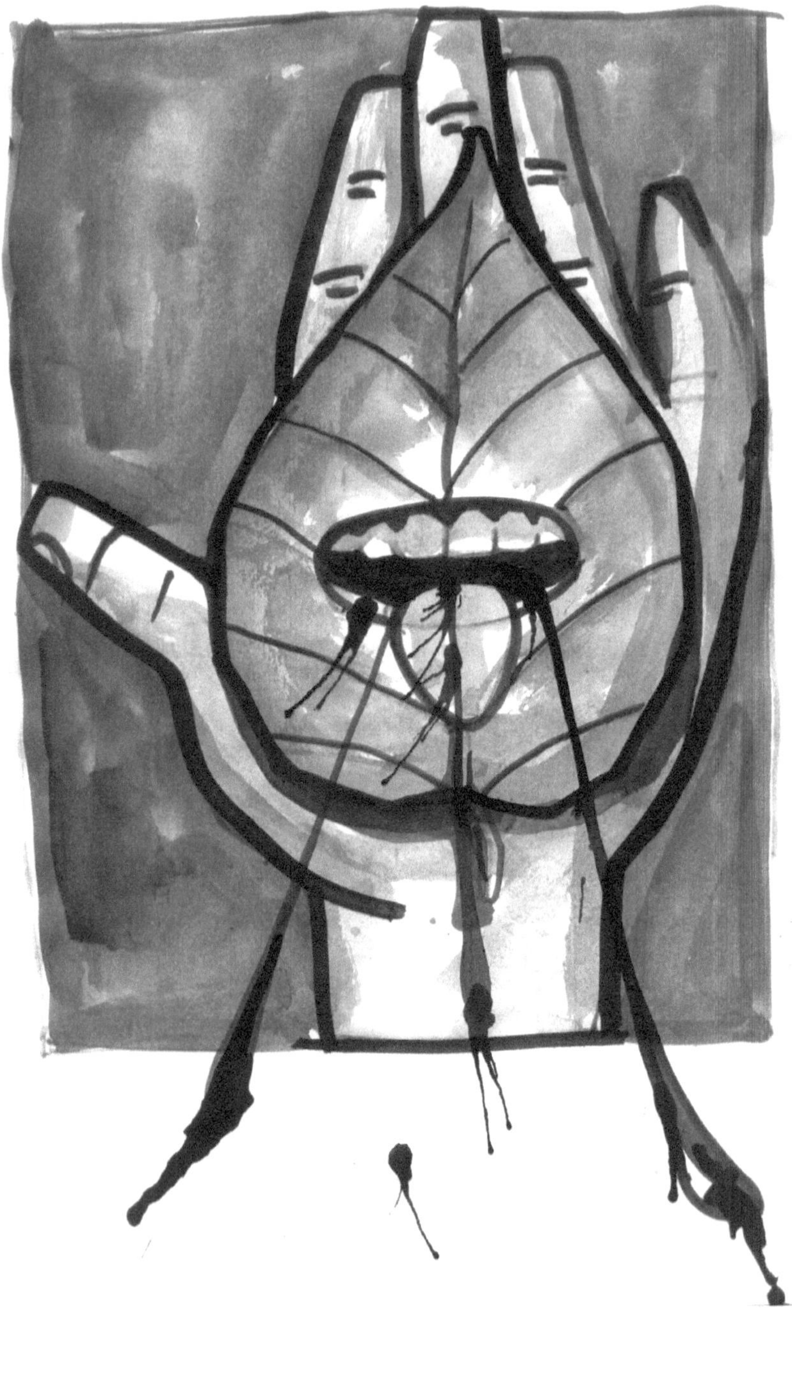

കടകൾക്കുള്ളിലല്ല; റോഡരികുകൾതോറും
ചുവന്ന കുടക്കീഴിൽ, ചുവപ്പുവെട്ടങ്ങളിൽ!

മുറുക്കാനുള്ള നാലു കൂട്ടങ്ങൾ വില്ക്കുംമാട
കടകളില്ല, അതു ദൂരെയെവിടെങ്കിലുമാകാം,
അറിയാമെനിക്കിപ്പോൾ ഒന്നുമാത്രം ഞാനെത്ര
അറിഞ്ഞു ശ്രമിച്ചാലുമിച്ചോപ്പു ചോപ്പാകില്ല!

മുറുക്കാൻകടകൾ തൻരൂപ ഭാവങ്ങൾ മാറി,
സിഗരറ്റും സർബത്തുമാണിക്കടകളിലെല്ലാം!.
മുറുക്കുന്നവർ തീരെ ഇല്ലാതായ് ചെറുപ്പക്കാർ
ചവയ്ക്കുന്നതു തമ്പാക്, പാൻപരാഗുകൾമാത്രം.

ഞാനിപ്പോൾ മുറുക്കാറും തുപ്പാറുമില്ല നാലും
കൂട്ടിയാൽ കൂടാറില്ല, ചുകന്നു വരാറില്ല;
മുറുക്കാത്തവരുടെ കാലമായിതു തീർത്തും,
വെളുത്തു നരച്ചവർ മാത്രമുള്ളൊരു ലോകം!

തോരാമഴയിൽ, കൂരയിൽ

കൂരയിലാണ് പിറന്നതു നീ
കെട്ടി മേയാത്ത കൂരയിൽ രാവി...
ലിരുണ്ടു വെളുക്കോളവും പെയ്ത
തോരാ മഴയിൽനനഞ്ഞു കുതിർന്ന
പാറപ്പുറത്തുള്ള കൂരയിൽ
വെട്ടിത്തിളങ്ങും പകൽ വെളിച്ചത്തിൽ
നാലഞ്ചു പേരയൽക്കാരികൾ ചുറ്റിനും
കൂടി നില്ക്കുമ്പോൾ
നട്ടുച്ചനേരത്ത്
ഈറ്റു നോവിൽ,പിടഞ്ഞു കുളിച്ചു
നീ...... പിറന്നു!

വായ്ക്കുരവക്കാർ വിളിച്ചു കൂകിപട
പ്പാട്ടുകാർ പാടിത്തകർത്തു തുള്ളി
നാട്ടിലും കാട്ടിലും വീട്ടിലും വാർത്തയായ്
പാറപ്പുറത്തെ കൂരയിലുച്ചയ്ക്ക്
ധീരനൊരാൾ......
കെട്ടി മേയാത്ത കൂരതൻമുറ്റമാകെപ്പുല്ല്
അച്ഛൻ അകലെ കരിയാറിൽ വേലയ്ക്കും
മിത്രങ്ങൾ കൂടപ്പിറപ്പുകൾവീട്ടിൽ
പട്ടിണികൊണ്ടു ചുരുണ്ടും, കിടക്കേ..........
നീ പിറന്നു ഒരു നൂറു വർഷം മുൻപ്,
ഇന്ന് ആരാരിതോർക്കുന്നു?

അമ്മയില്ലച്ഛനോ ഇല്ല,
കൂടപ്പിറപ്പുകളാരുമില്ല
കുട്ടികളെല്ലാം വളർന്നുപോയ്....!
പാറപ്പുറത്തൊരു പള്ളി വന്നു
കാലവും കോലവും മാറി
നന്മയും തിന്മയും
സ്വപ്നങ്ങളും മാറി
ജീർണ്ണിച്ച നീയുണ്ട് ഞാനുണ്ട്!

രാമഴ പെയ്തു പെയ്തെത്തുന്നു,
കൊള്ളിയാനില്ല
വെള്ളിടിവെട്ടില്ല; ആരും
കരയുന്നതില്ല.!
നൂറുവയസ്സുള്ള നീയും കുടിലും
തോരാമഴയും പാറയും!

ചോരപ്പുഴപോലെയെന്തോ
പടിഞ്ഞാറുനിന്നും
കിഴക്കോട്ട്
മേലേപ്പറന്നുപറന്നു നരച്ചു ചെമ്പിച്ച
കൊടിക്കൂറ പോലെ........
മനുഷ്യന്റെ ചോരപ്പുഴപോലെ
കൂരതൻ മുന്നിൽ
പാതി രാവി
ലിരുണ്ടു വെളുക്കോളവും പെയ്ത
തോരാ മഴയിൽ,
എല്ലാം വൃഥാവിലാകുന്ന പോൽ.........!

നിന്റെ മാത്രം ഇഷ്ടം

ഞാൻ വിചാരിച്ചു
മരിക്കുവോളം മാത്രം
എനിക്കീ പാനപാത്രം!
പിതാവേ ഇതെന്റെ ഇഷ്ടമല്ല
നിന്റെ ഇഷ്ടം, നിന്റെ മാത്രം ഇഷ്ടം!

അനുചരരുറങ്ങിയ പാതിരാവുകളിൽ
അത്താഴവിളക്കുകൾ ഓരോന്നും
കണ്ണടച്ചിരുട്ടാക്കിയപ്പോൾ
അരളിമരങ്ങളിൽ നിന്ന്
അഗ്നി നാവുകളൂർന്നൂർന്നു
വീണുകൊണ്ടിരിക്കേ
മഞ്ഞു പാളികൾക്കു മേൽ നിലാവിന്റെ തിരശ്ശീല
പലതായി കീറി
തറയിൽ പതിക്കേ
ഇരുട്ടു ഘനീഭവിച്ച
നിസ്സംഗ രജനികളിൽ
തല്ലിക്കെടുത്തിയിട്ടും വിളക്കുകൾ
കെടാതെ നില്ക്കേ
ധമനികളിൽ വീർത്തു പെരുകാതെ
രക്തം സ്തംഭിച്ചു നില്ക്കെ
ഈ പാനപാത്രം മുന്നിൽ
ബലിപീഠത്തിൽ

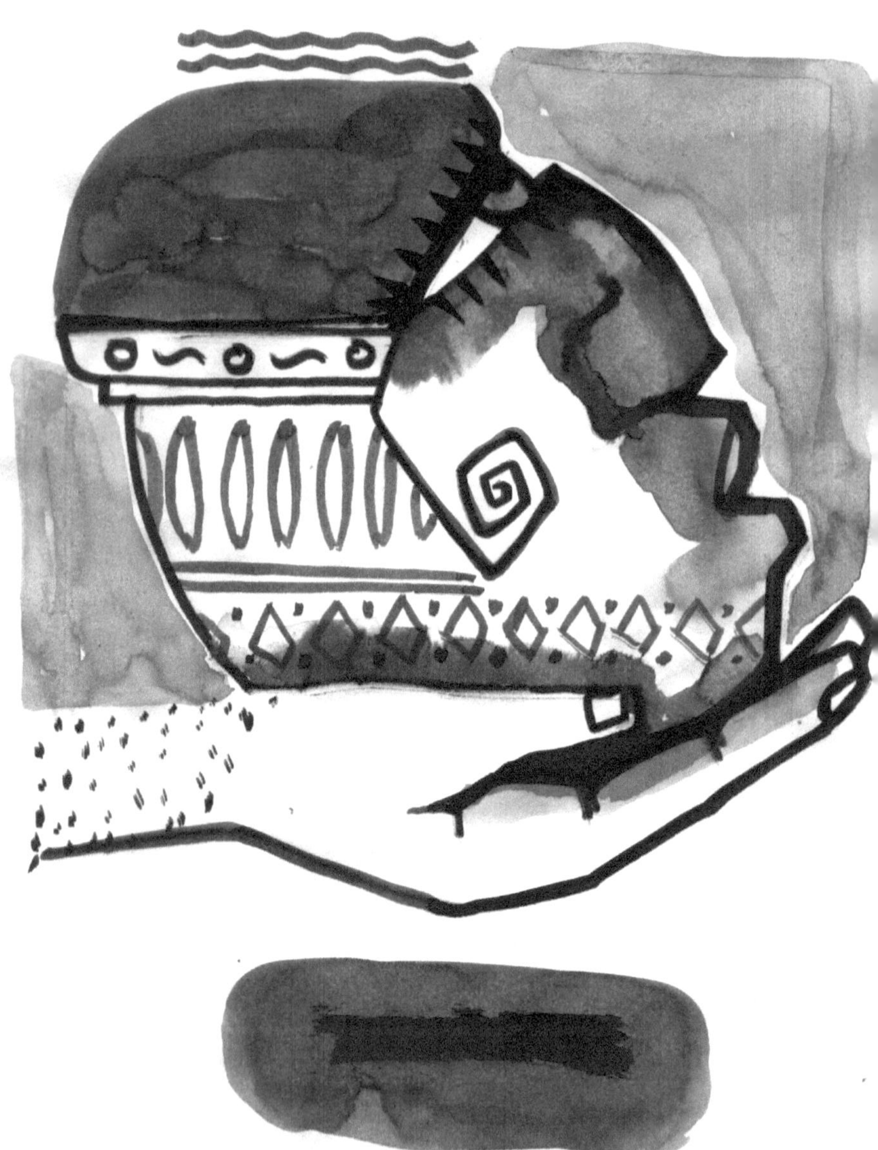

വീണ്ടുമാരോ കൊണ്ടുവന്നു വയ്ക്കേ
ഞാനറിഞ്ഞു
ഇതെന്നിൽ നിന്നൊരിക്കലും
അകലുകില്ലെന്ന്

ഒന്നുകിൽ നീ
അല്ലെങ്കിൽ ഞാൻ
രണ്ടിലേതെങ്കിലും സത്യമായിരിക്കേ
ഇതു നിന്റെ ഇഷ്ടം
നിന്റെ മാത്രം ഇഷ്ടമെന്നുറക്കെ
നിലവിളിച്ചു വീഴേ

ഒടുവിൽ പിതാവേ
ഈ പാനപാത്രം
എന്നിൽ നിന്നു നീ എടുത്തു മാറ്റി
എല്ലാ നന്മകളുടെയും അന്തകനായി
എല്ലാ സൗഹൃദങ്ങളുടെയും
ശത്രുവായി
എല്ലാ നിഷ്കളങ്കത്തിന്റെയും
നേർ വിപരീതമായി
നിന്റെ വേഷപ്പകർച്ച,
ഒടുവിൽ
നീ എന്നിൽ നിന്നതു
എടുത്തു മാറ്റി
ഇരുട്ടു തിരിച്ചു വരികയും
അഗ്നിപർവ്വതങ്ങൾ
പുകഞ്ഞു തുടങ്ങുകയും
കരി വേഷങ്ങൾ
കിരാത നൃത്തം തുടങ്ങുകയും
പാലമരങ്ങളിൽ
വവ്വാലുകൾ
തലകീഴായി തൂങ്ങി
ഉറങ്ങിത്തുടങ്ങുകയും
പിതാവേ!
നീയറിയുന്നീല
ഒന്നും ഞാൻ കൊതിച്ചിരുന്നതല്ല.

നിന്റെ കൃപ
നിന്റെ മാത്രം കൃപ.....

ഒടുവിൽ നീ എന്നിൽ നിന്നത്
എടുത്തു മാറ്റുകതന്നെ ചെയ്തു
ആ പാനപാത്രം
ഒന്നും എന്റെ ഇഷ്ടമായിരുന്നില്ല
നിന്റെ ഇഷ്ടം........!

അപ്പുക്കുട്ടൻ മാഷ്

ഇപ്പോൾ അപ്പുക്കുട്ടൻ മാഷിനെ
ആരും ഓർക്കാറില്ല
ഓർമ്മിക്കാൻ
മാഷ് ഇപ്പോൾ മരിച്ചിട്ടൊന്നുമില്ലല്ലോ,
ജീവിച്ചിരിക്കുമ്പോൾത്തന്നെ
വിസ്മൃതരാകുന്നവരുള്ള നാട്ടിൽ;

അല്ലെങ്കിൽ മരിച്ചവരെയെല്ലാം
ആരാരോർക്കുന്നു?
ജീവിക്കുന്നവരെയും!

പാഠപുസ്തകത്തിലുണ്ടായിരുന്നെങ്കിൽ
അവരാരും മരിക്കുകില്ലായിരുന്നു!
സി മേരി ബനീഞ്ഞ
പാഠപുസ്തകത്തിലുണ്ട്
സി ജെ തോമസില്ല

കട്ടക്കയെമുണ്ട്
പണ്ഡിറ്റ് കറുപ്പനില്ല

കുമാരനാശാനുണ്ട്
ശ്രീനാരായണഗുരു ഇല്ല

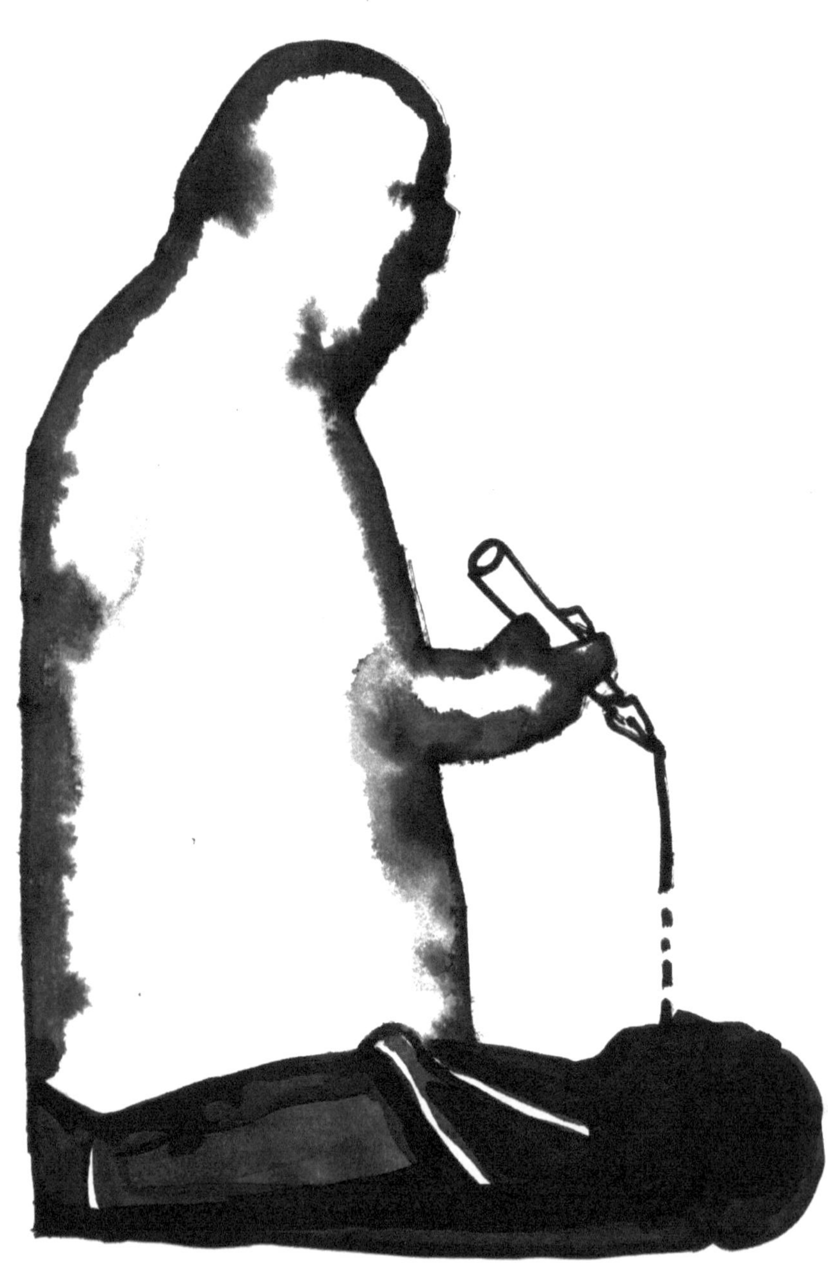

മഹാത്മാഗാന്ധിയുണ്ട്
കേളപ്പനില്ല
പട്ടം താണുപിള്ളയുണ്ട്
എ ജെ ജോണും സി കേശവനുമില്ല

സ്വദേശാഭിമാനിയുണ്ട്
കേസരിയില്ല

എം പി അപ്പനുണ്ട്
എം എൻ വിജയനും
കെ പി അപ്പനുമില്ല

എന്തിന്? മരിച്ചവർപോലുമില്ലല്ലോ
പിന്നെങ്ങനെ മാഷിനെ ഓർക്കാൻ?

വി ജെ ടി ഹാളുണ്ടായിരുന്നതിനാൽ,
മാഹാത്മാ അയ്യങ്കാളി,
വൈലോപ്പിള്ളി സംസ്കൃതി ഭവനുള്ളതിനാൽ
തലസ്ഥാനത്ത്
മഹാകവി വൈലോപ്പിള്ളി
മാമ്മൻമാപ്പിള ഹാളുള്ളതിനാൽ
കോട്ടയത്തെങ്കിലും
കേസി മാമ്മൻ മാപ്പിള!

അതുകൊണ്ടാണ്
ചില ദീർഘ വീക്ഷണമുള്ളവർ
അധികാരമുള്ളപ്പോൾത്തന്നെ
തലസ്ഥാനമാകെ സ്വന്തം
പ്രതിമകൾപാകുന്നത്,

അപ്പുക്കുട്ടൻമാഷ്
ഗാന്ധിയനായിരുന്നു
തായാട്ടിനെപ്പോലെ
ഗാന്ധിയൻ മാർക്സിസ്റ്റ്!
സാഹിത്യ സംഘമായിരുന്നു
സംഗീത അക്കാദമി ആയിരുന്നു
അന്നൂരു നിന്ന് തൃശ്ശൂർ വരെയും
തൃശ്ശൂർ നിന്ന് തിരുവനന്തപുരം വരെയും
നിഷ്പക്ഷനായി ന്യൂഡൽഹിവരെയും

ഒറ്റയ്ക്കും കൂട്ടമായും
അദ്ദേഹം യാത്ര പോയിട്ടുണ്ട്.
അവർ പറഞ്ഞതെല്ലാം കേട്ട്
തിരികെ പോന്നിട്ടുമുണ്ട്!

അദ്ദേഹത്തെ എനിക്കോർമ്മയുണ്ട്
ഞാൻ ഓർമ്മിക്കുന്നതിനാൽ
ഞാനുമുണ്ട്..

തെരുവിൽ നനഞ്ഞു തീരുന്ന പ്രതിമകൾ

തെരുവിൽ നനഞ്ഞു തീരുന്ന പ്രതിമകൾ
മഴയും വെയിലും പുകയും തീയും
മണവും ഗുണവുമേല്‍ക്കാത്ത
പൂക്കളും നിറങ്ങളും
കാലവും ദൂരവുമറിയാത്ത,
വഴിയും വഴിപോക്കരും യാചകരും,
പതിവായ് പകലും രാവും
വന്നു പോകുമെങ്കിലും
തെരുവിന്റെ പാതിരകളോ
ദ്വാരപാലകരോ പോലുമല്ലാത്ത
പതിവായ് നനയുന്ന പ്രതിമകൾ!

പര്‍വ്വതങ്ങളെ
ചുമലിൽ ചുമന്നു വന്ന
പൂര്‍വ്വ ദിക്കിലെ
ചീനക്കാരനായ പടുവൃദ്ധൻ
കൈകാലുകളും കണ്ണും മൂക്കുമില്ലാത്ത
നിങ്ങൾക്കവയെല്ലാം
ചാര്‍ത്തിത്തന്നത്,

താടിയും മുടിയുമില്ലാത്ത
നായാടികൾ വന്ന്

മുടിയും കിരീടവും തന്നത്,

കനിവും കാരുണ്യവുമില്ലാത്ത
ഭരണാധികാരികൾ വന്ന്
നിങ്ങൾക്കരികിൽ
കൊടി തോരണങ്ങൾ തൂക്കി നിങ്ങളെ
മുഖവും രൂപവുമില്ലാത്തവരാക്കിയത്..?

പ്രതിമകൾ നിങ്ങൾ
ശിലകൾ മാത്രമെന്നും
പണ്ട് പർവ്വതങ്ങളും
താഴ്വാരങ്ങളുമായിരുന്നിട്ടും
പുഴകളും
പാടങ്ങളുമായി മാറി
കല്ലും കലപ്പയും ആയി
മണ്ണും ട്രാക്ടറുകളുമുണ്ടായി,
എങ്കിലും
രാവും പകലുമറിയാത്ത
കണ്ണും മൂക്കുമില്ലാത്ത
കരളും കനിവുമില്ലാത്ത
വിശപ്പും ദാഹവുമില്ലാത്ത
തെരുവിൽ മഴ നനയുന്ന
പ്രതിമകൾ മാത്രമാണു നിങ്ങൾ!
തെരുവിൽ നനഞ്ഞു തീരുന്ന പ്രതിമകൾ!
താടിയും തലക്കെട്ടും
കൈനിറയെ കറ്റയും കൊയ്ത്തരിവാളും
നാടൻ ധർഷധകന്റെ പേരുരൂപം
പാഠപുസ്തകങ്ങളിലും ലഘുലേഖകളിലും

തല ഉയർത്തി നിന്ന
ആൾരൂപം
തെരുവിൽ മാത്രമല്ല വയലിലും
മഴ നനയുന്ന പ്രതിമകൾ.

പ്രതിമകൾക്ക് ജീവൻ വച്ചതുപോലെ, അവ
നഗരം കീഴടക്കിയതുപോലെ
വയലുകൾക്ക് ജീവൻ, അവ
വഴികളിൽ തീകൂട്ടുകയും
ഇന്ദ്രപ്രസ്ഥം കത്തിയമരുകയും..!

ആർക്കാണു സഹിക്കാത്തത്?

ഞങ്ങൾക്ക് നല്ല ഉറപ്പുള്ള വീടുകളില്ലാതിരുന്നപ്പോൾ
നോക്കെത്താ ദൂരത്തോളം
ഞങ്ങളുടെ വീടുകൾക്കു ചുറ്റും
വയലുകൾ മാത്രമുണ്ടായിരുന്നപ്പോൾ.

ഉള്ള വീടുകൾ ഉറപ്പില്ലാത്ത
അറുകാൽപ്പുരകളും
അടയ്ക്കാമര വാരികൾക്കു മേൽ
ഓല മടലുകൾ വിരിച്ച
വാതിലുകളുള്ളവയും മാത്രമായിരുന്നപ്പോൾ.

വീടിനകം മുഴുവൻ,
പൊടിഞ്ഞു തുടങ്ങിയ
ചിക്കുപായകളും
അവയ്ക്കടിയിൽ തൂകപ്പെട്ട പഞ്ചാര മണലും!
അടുക്കളയും അമ്മിക്കല്ലും അരകല്ലും വെളിയിലും
പാത്രം കഴുകാൻ തെങ്ങിൻചോട്ടിലെ തണലുകളും
മഴപെയ്യുമ്പോൾ കണ്ണീർവാർക്കുന്ന മോന്തായവും
മാത്രമുണ്ടായിരുന്നപ്പോൾ.
കോവിഡിന്റെ, നിത്യോപയോഗ സാധനങ്ങളുടെ വില
ദിനംതോറും കൂടിക്കൂടി വരികയും
വേലയും കൂലിയും കുറഞ്ഞു കുറഞ്ഞു വരികയും ചെയ്തപ്പോൾ
ഒരു നല്ല വീട്

ഓടുപാകിയ വെള്ള തേച്ചവീട്
വീടില്ലാത്തവരുടെ കിനാവായിരുന്നു!

വാതിലും ജനലും
അറുകാലുകൾക്ക് പകരം
സുക്രിയും ചുണ്ണാമ്പും തേച്ച ഭിത്തികളും
മോന്തായത്തിന് മുകളിൽ
ചുക ചുകെ ചുകന്ന
നിരയോടുകളും

ഒരു നല്ല വീട്.
കിനാവായിരുന്നു!

വീടിന്റെ വിലയെന്തെന്നറിഞ്ഞപ്പോൾ
താമസം വീടിന് പുറത്തായി,
നിറ നിലാവിലും
കുറ്റാക്കുറ്റിരുട്ടിലും
ഉറക്കം വയലിറമ്പുകളിലുമായി,

കൂലിക്കൂടുതൽ ചോദിച്ചപ്പോൾ
ചേതനയറ്റ് സഫ്ദർജങ് ആശുപത്രിയിൽ
(2020 സെപ്തംബർ14,)

നാവും നട്ടെല്ലും നാഭിയും
പോയപ്പോൾ നിശ്ശബ്ദ നിലവിളികൾക്ക്
വാല്മീകി ഗ്രാമത്തിൽ
പൊലീസ് കാവലിൽ
കത്തിത്തീരാത്ത ചിത,

നേരം പുലരുകയാണ്
ഇപ്പോൾ ഗ്രാമത്തിനകത്തും പുറത്തും
വെട്ട് കിളികളുടെ രാമനാമം!

ഞങ്ങൾക്ക് ഉറപ്പുള്ള വീടുകളുണ്ടാകുന്നത്
ഞങ്ങളുടെ വീടുകൾക്ക്
ജനലുകളും വാതിലുകളും
വെള്ള തേച്ച ചുമരുകളും ഉണ്ടാകുന്നത്
ഞങ്ങളുടെ മേല്ക്കൂരകൾക്ക്
ചുക ചുകെ ചുകന്ന ഓടുകളും,

മൂന്നു രൂപ കൂലിക്കൂടുതൽ ചോദിച്ചതിന്
നാലുപേർ ചേർന്ന് നശിപ്പിക്കപ്പെടാത്ത
മാനവും ഉണ്ടാകുന്നത്

ഞങ്ങളുടെ ആൺകുട്ടികൾക്കും പെൺകുട്ടികൾക്കും
വിശപ്പും തലച്ചോറും ചന്തവും
മാനാഭിമാനങ്ങളും ഉണ്ടാകുന്നത്
ആർക്കാണ്
ആർക്കാണ് സഹിക്കാത്തത്?

കാറ്റടിക്കുന്നു

എവിടെനിന്നോ ഒരു കാറ്റടിച്ചുയരുന്നുണ്ട്
ഇവിടെ
അനക്കമറ്റിരുന്ന ഇലകളിൽ
പെട്ടെന്ന് ഒരു വിറയൽ
പിന്നീടതു പെരുകിപ്പെരുകി
കാറ്റാടിമരങ്ങളിൽ കാറ്റു പിടിക്കുമ്പോലെ
ഇലകളിലാകെ പടർന്ന്
ആരാരും തിരിഞ്ഞു നോക്കാത്ത
അമ്പല മുറ്റത്തെ
അരയാൽ മരത്തിന്റെ
മുടിയിഴകളിൽ കാറ്റടിച്ചുയരുന്നുണ്ട്
വേനലിൽ
ചുട്ടുപഴുത്ത ഭൂമിയിൽനിന്നും
മണൽത്തരികൾ
പകലുറക്കത്തിൽനിന്നും
പരുന്തുകൾ ആകാശത്തു
വട്ടം കറങ്ങി
ഭൂമിക്കു മുകളിലൂടെ
പേടിച്ചരണ്ട പോർ വിമാനങ്ങൾ
മേഘങ്ങളിൽ ശിരസ്സു പൂഴ്ത്തി
കൂകിത്തിമിർത്ത്
തീവണ്ടികൾ...
ഓരോരോ പാളങ്ങളിലും

ഉരഞ്ഞു കരഞ്ഞ്...

കമ്പാർട്ടുമെന്റുകളിൽനിന്നു
കരച്ചിലുകൾ
ഇരുമ്പു തകിടുകൾക്ക്
ചൂടു പിടിച്ചിരിക്കുന്നു
തീവണ്ടികളുടെ ജനാലകളിലൂടെ
ചൂടുള്ള രക്തം
ഒഴുകിയിറങ്ങി
നദികളായി
പാളങ്ങളെ നനച്ച്
ചുകന്ന പരവതാനികൾ പോലെ.

തീവണ്ടികൾ ഒന്നിനു പിറകെ ഒന്നായി
കൂട്ടിക്കെട്ടിയ തീവണ്ടികൾ
യാത്രക്കാർക്കു നേരിട്ട
ബുദ്ധിമുട്ടുകൾക്ക് നിർവ്യാജ ഖേദങ്ങൾ.

കാറ്റ് കൊടുങ്കാറ്റാവുകയാണോ
താഴെ രക്തമൊഴുകി വീണ
വരണ്ട ഭൂമിയിൽ
സമുദ്രങ്ങളുണ്ടാവുകയാണ്.
സമുദ്രങ്ങളിൽ
തിരമാലകൾ ഫണങ്ങൾ ഉയർത്തുകയാണ്
ഫണങ്ങളോരോന്നിനും നീല നിറം.

കാറ്റ്, കാറ്റടിച്ചുയരുകയാണ്
ഇപ്പോളത് കൊടുങ്കാറ്റാകുന്നുണ്ട്.

അതിനു മുൻപ്
ഇത്തിരി നേരം
കരയാൻ കഴിഞ്ഞെങ്കിൽ...
കാറ്റടിച്ചുയരുകയാണ്
കൊടുങ്കാറ്റ്.

ഗോതമ്പു പാടത്തിനു മുകളിലെ കാക്കകൾ

അവസാനം അടങ്ങിയിരിക്കുവാൻ തന്നെ
അല്ലെങ്കിൽ എന്നെ അടക്കിയിരുത്തുവാൻ തന്നെ
തീരുമാനമായി
അടങ്ങിയിരിക്കുക തന്നെ:

നടന്നു നടന്നു കാല്പാദങ്ങളും
അവയെ ചുമന്ന ജീർണ്ണിച്ച പാദരക്ഷകളും
ചതഞ്ഞിരുണ്ട് തുടങ്ങിയപ്പോഴും
അടങ്ങിയിരിക്കാനായില്ല,
എല്ലാവർക്കും വേണ്ടിയായിരുന്നു നടത്ത
എന്നായിരുന്നു ഭാവം,
അതേ എല്ലാവർക്കും ഭവണ്ടിയായിരുന്നു
എല്ലാമെല്ലാം,

ഊണുപേക്ഷിച്ച് ഉറക്കമുപേക്ഷിച്ച്
എല്ലാം അപരനു വേണ്ടി..

നീ, നിനക്കുവേണ്ടി എന്തുചെയ്തു?

ഉറക്കമരത്തിനു താഴെ തളർന്നിരുന്നപ്പോൾ
മുകളിലിരുന്ന
പഞ്ച ഭൂതങ്ങൾ ചോദിച്ചു
നീ നിനക്കു വേണ്ടി നടന്നില്ല

കിടന്നില്ല
വിശന്നു പൊരിഞ്ഞപ്പോൾ
ഉണ്ടില്ല.

ആരോടും മിണ്ടിയതുമില്ല!

എല്ലാം മറ്റുള്ളവർക്ക് വേണ്ടി!
പാട്ടും ആട്ടവും പ്രഭാഷണവും
കൂടിയാലോചനകളും
പ്രക്ഷോഭങ്ങളും യാത്രകളും

രാത്രിയാകുന്നതും, കിഴക്കിനെ
നുള്ളിക്കീറി പകൽ ഉദിച്ചുയരുന്നതും

അവസാനം
അടങ്ങിയിരിക്കുക തന്നെ ചെയ്തു!

ജയിലിന് പുറത്ത്
വീടുകൊണ്ടൊരു ജയിൽ കെട്ടി

വിലങ്ങുകൾക്കുമേൽ
കൈത്തണ്ടകളിൽ
മുറിവു കീറി
അന്വേഷണങ്ങൾക്കും ചിന്തകൾക്കും
ആത്മരോദനങ്ങൾക്കും
വിലക്കുകളായി,

വഴികളും ചത്വരങ്ങളും
കൊട്ടിയടയ്ക്കപ്പെട്ടു

ക്ഷാമ കാലത്തെപ്പോലെ
റേഷൻ കടകൾക്കു മുന്നിൽ
അരി വാങ്ങുവാൻ
ആളുകൾ
ക്യൂ നിന്നു തുടങ്ങി.

അലക്കിത്തേച്ച വടിവ് മാറാത്ത

ഉടയാടകൾ
അലമാരകൾക്കുള്ളിൽ
വിതുമ്മിക്കരയുകയായി.

പുറത്തിറങ്ങി നടന്നാൽ
അറസ്റ്റുചെയ്യപ്പെടുമെന്നു വരെയായി

പുറത്തെല്ലാം
മുഖംമൂടികൾ
താടിയും മുടിയും മുറിച്ചാൽ
ചുടു ചോര!

പുറത്തിറങ്ങാതെ ചെരുപ്പുകൾ
ചുക്കിച്ചുളിഞ്ഞു തുടങ്ങി

ഇടതു കൈയിൽ അതോ വലതു കൈയിലോ സദാ കിടന്നിരുന്ന
ഘടികാരത്തിന്
പെടു മരണമായി.

ഇപ്പോൾ ആർക്കുമാർക്കും
ആരെയും
വേണ്ടാതായി.

ചെരുപ്പുകളും വാച്ചും വേഷങ്ങളും
എന്നോടൊപ്പം തടവിൽ!

അവസാനം ഞാൻ
അടങ്ങിയിരുപ്പായി

*   അപ്പോഴാണ് ഗോതമ്പു പാടങ്ങൾക്കുമേൽ കാക്കകൾ പറന്നു
പറന്നുവന്നത്

---

*   വാൻഗോഗ് ചിത്രം.

വിലയ്ക്കു വാങ്ങാം

എന്തും വിലയ്ക്കു വാങ്ങാനാകുമെന്ന സ്ഥിതിക്കു
പെട്ടെന്നാണു മാറ്റമുണ്ടായത്
വിലകൊടുത്താലും
കിട്ടാത്ത പലതുമുണ്ടെന്നറിഞ്ഞതും
വളരെ പെട്ടെന്നാണ്...

എന്തും കിട്ടുന്ന മാളുകൾ
എന്തും കാണാനാകുന്ന കൊട്ടകകൾ
എന്നും വിലയ്ക്കു വാങ്ങാൻ കിട്ടുമായിരുന്ന
വിവാഹബന്ധങ്ങൾ
വിലപേശി വാങ്ങിയിരുന്ന
സ്നേഹ ബന്ധങ്ങൾ
സ്ഥാനമാനങ്ങൾ
മിനാരങ്ങൾ
എല്ലാം
എത്ര പെട്ടെന്നാണ്
അപ്രാപ്യമായത്?

അനന്തതയോളം നീളുന്ന
നിശൂന്യമായ വഴികൾ
ആകാശത്തും ആഴക്കടലിലും
കാടും മലയുമാർന്ന താഴ്വരകളിലും
ഭൂമിയിലുമാകെ

എസ് രമേശൻ

എത്ര വേഗമാണ് ആളൊഴിഞ്ഞത്?
ആരും നാവനക്കരുത്
പണിയെടുക്കരുത്.
ആരും ആജ്ഞാപിക്കാതെ
എത്ര വേഗമാണ്
വർത്തമാനങ്ങൾ പോലും
മരണത്തെക്കുറിച്ചു മാത്രമായത്?
പാറിവീഴുന്ന പത്രങ്ങൾക്ക്
നാവു നഷ്ടമായത്?
പെട്ടെന്ന് അവയുടെ കനം കുറഞ്ഞുപോയത്?
വഴികളിൽ ഇരുട്ടു നിറഞ്ഞത്
പണിയെടുക്കുന്നവർ കൂട്ടത്തോടെ നാടുവിടാൻ
ഇല്ലാത്ത തീവണ്ടികൾ തേടി
റെയിൽവേ സ്റ്റേഷനുകളിൽ
തിരക്കിക്കയറിയത്?
അതെ–
എത്ര വേഗമാണ്
ആളുകൾ
മുഖം മറയ്ക്കാൻ തുടങ്ങിയത്?
മുഖം പോയവർ വാഴുന്ന
ജയിലുകളിൽ നിന്നുപോലും
മുഖംമൂടികൾ
തയ്ച്ചിറക്കാമെന്നായത്?
മുഖം മറയ്ക്കാത്തവരെ ശിക്ഷിക്കാൻ
നിയമം നിർമ്മിക്കാമെന്നായത്?
ഇന്ന് എല്ലായിടത്തും
ഇറച്ചിക്കടയിലും
കോടതി മുറികളിലും
കോവിലുകളിലും...
ആളുകൾ
വീടുകളുപേക്ഷിച്ചു,
പോയിത്തുടങ്ങിയിരിക്കുന്നു
ചമയങ്ങളില്ലാത്ത
പ്രോട്ടോകോളുകളിൽ
പ്ലാസ്റ്റിക് കയറിലും
കടലാസിലും പൊതിഞ്ഞ്
മണ്ണിനടിയിലേക്കു
പോകുന്നവരുടെ കണക്കെടുപ്പ്
പിശകിത്തുടങ്ങിയിരിക്കുന്നു!

രാജാവും ഭടനും പ്രജയും ഒരുപോലെ
മരിച്ചു തുടങ്ങിയിരിക്കുന്നു.

എന്നാണിനി
എനിക്കു പ്രിയപ്പെട്ട
നിന്റെ യഥാർത്ഥ മുഖം
കാണാനാകുക?

വിലകൊടുത്താലും കിട്ടാത്ത
സമയത്തിന്റെ തടവിൽ നിന്ന്
എന്നാണിനി
നിനക്കൊരു പുതിയ
ഭരണഘടന തരാനാകുക?

അകം പൊള്ളയായ മരങ്ങൾ

അകം പൊള്ളയായ മരങ്ങൾ
ആകാശത്തിൽ തുളഞ്ഞുകയറുന്ന
നിങ്ങളുടെ
വിണ്ടുകീറിയ ഓല വിരലുകൾ
ഭൂമിക്കു നേരേ ചാഞ്ഞുപോയ
നിങ്ങളുടെ
നെറുകന്തലകൾ
കാഴ്ചകൾ കൈമോശം വന്ന
നിങ്ങളുടെ
കലങ്ങിച്ചുകന്ന കണ്ണുകൾ
മനസ്സു മരവിച്ചുപോയ
നിങ്ങളുടെ തിരുനെറ്റികൾ

പുറം മേനിയാകെ
വെടിയേറ്റ്
ഉണങ്ങിക്കരുവാളിച്ച വടുക്കൾ.......

മണ്ണും വിണ്ണും നിറഞ്ഞ
അകം പൊള്ളയായ്പ്പോയ
നിങ്ങൾ കല്പവൃക്ഷങ്ങൾ

നിങ്ങളായിരുന്നു നാടു മുഴുവൻ
മുഴുവനും നിങ്ങൾ തന്നെ ആയിരുന്നു!

നാടും വീടും
വിളിച്ചാൽ വിളി കേൾക്കുന്ന
കേണാൽ കണ്ണീർ തുടയ്ക്കുന്ന
നിങ്ങളായിരുന്നു എല്ലാം.

ഇപ്പോൾ
നിങ്ങൾ ചോടു വിണ്ട്
വേരു ചീഞ്ഞ്
ഉടലു ചാഞ്ഞു
ആകെ കറുത്തു കരിവാളിച്ച്
മൃതദേഹംപോലെ.

എപ്പോൾ വീഴുമെന്നറിവീല
തലതല്ലിയോ ഉടലൊടിഞ്ഞോ
എപ്പോൾ വീഴുമെന്നറിവീല

അരുതു കാട്ടാളാ അരുത്:
പറയാനൊരു
ഋഷിമുഖം പോലുമില്ല.

പാഞ്ഞു പാഞ്ഞടുക്കുന്ന
മഴുവിന്റെ കാതിൽ
മന്ത്രിച്ചതെല്ലാം
മനസ്സറിയാത്ത കാര്യങ്ങൾ
തിളങ്ങുന്ന മൂർച്ചയ്ക്കു വേണ്ടി
കുഴയുന്ന നാവിൽ
പുരട്ടിയതെല്ലാം
വിഷം കുമിഞ്ഞ മരുന്നുകൾ.

ഈ മരങ്ങൾ
ഇവയിനി പൂക്കുകയില്ല
പൊടിക്കയുമില്ല
ഇവയുടെ ഉടലുള്ളിൽ
ഉറഞ്ഞാലിച്ചു പോയ
കാതലിന്റെ
നേർ വരകളിതാ
വെട്ടാനോങ്ങിയ
ആയുധങ്ങൾക്കുപോലും
മൂർച്ച നഷ്ടമാകുന്ന കാലം!

പഴകിയ പല്ലുകളും
കട്ടിയായ ഉടലുകളും മാത്രം
മഴുക്കളുടെ കൈപ്പിടികളിൽ നിന്ന്
ഊറിപ്പോയ മജ്ജയുടെ
ഉണങ്ങിയ
പാടുകൾ മാത്രം
ഉയർന്നു പൊങ്ങിയ
കൈത്തണ്ടകളിൽ വട്ടമിട്ട
തളർവാതം മാത്രം,
ഒരിക്കൽ നിറയെ
കായ് ഫലങ്ങളും
നീളൻ ഓലപ്പീലികളും
താഴെ തണലി-
ലൊരുപാടൊരുപാടു
തണൽ തേടിയെത്തുന്ന
വഴി യാത്രക്കാരും...!

ഇപ്പോൾ കുലകൾ പൊട്ടുമെന്നു കരുതി
ആരുമാരും
വെള്ളം ഒഴിക്കുന്നീല
വളർന്നു പന്തലിക്കാൻ
ആരും വളങ്ങൾ തൂകുന്നീല

നാവു മരിച്ചവരുടെ
കൊരവള്ളികളിൽ
ചോര തിളയ്ക്കുന്നു
ഈ മരങ്ങളെക്കൊണ്ട് ആർക്കെന്തുപയോഗം
ആളുകൾ ചീറിത്തുടങ്ങി,
ആരുമാരും ഇപ്പോഴിവയിൽ
കൊടികൾ കെട്ടുന്നീല
ക്രിസ്തുമസുകളിൽ
നക്ഷത്രങ്ങൾ തൂക്കുന്നീല
അകം പൊള്ളയായ മരങ്ങൾ
ഇവ പിടഞ്ഞു വീഴാറായിരിക്കുന്നു

ഇടതു കാലുകള്‍

നടന്നു നടന്നു പാളയം മാര്‍ക്കറ്റിന്റെ പടി കടന്നപ്പോള്‍
പിറകില്‍ ഒരു വന്മരത്തിന്റെ ശാഖയൊടിയുന്നതുപോലെ

ആദ്യമതു തമാശയെന്നു തോന്നി
പിന്നീടു കളി കാര്യമായതുപോലെ
ചുമന്നു കെട്ടി പനവിളകടന്നു വീട്ടിലെത്തുമ്പോള്‍
പാതി ബോധമേ ഭവാനുണ്ടായിരുന്നുള്ളു
ആബോധാബോധതലത്തില്‍
ഇടതുകാലിനു നീരുകെട്ടി
വേദന വന്നു വീര്‍ത്തു
പിന്നീട് ഇരു കാലിലും നടന്നീല.

പഞ്ചസാര കൂടി
പനി കൂടി
വേദനകൂടി
ഇടതു കാല്‍ മുറിക്കുകതന്നെ ചെയ്തു!
വേണമെങ്കില്‍
എന്റെ വലതു കാല്‍
സിരകള്‍ ജീര്‍ണ്ണിച്ച്
നടന്നു നടന്ന്
ചോര കട്ടകെട്ടി
ഇടതു കാല്‍

ഇനിയൊന്നിനും കൊള്ളാത്തതായി

മുറിക്കുന്നെങ്കിൽ
ഇടതു കാൽ
അതും മുട്ടിനു കീഴേ....!

മുറിച്ചു മാറ്റിയിട്ടും
ഇടതു കാൽ അവിടത്തന്നെ,

അതിനു വേദനയുണ്ട്
നീരുണ്ട്, ചിലപ്പോൾ
ചില മിന്നൽ പ്രവാഹങ്ങളുണ്ട്.

എല്ലാം തോന്നലെന്നാശ്വസിപ്പിക്കുന്നവർക്കറിയില്ല
ഇടതു കാലിന്റെ മഹത്വം....
ഇടതു കാൽ അങ്ങനെ
മുറിച്ചു മാറ്റാനാവില്ല
മരിച്ചു ഭസ്മമാക്കി
മറവു ചെയ്താലും
നിലാവിൽ തൂശനിലകളാട്ടി
ശവങ്ങൾ വന്നു നില്ക്കുംപോലെ
അവയുടെ സാന്നിദ്ധ്യം അറിയും

ഒടുവിൽ
ഇടതു കാൽ മുറിക്കുകതന്നെ ചെയ്തു

ഇടതു കാൽ ഇപ്പോൾ മിഥ്യ
വലതു കാൽ മാത്രമാണു സത്യം
പോയതു പോയി, ഇനിയും!
മുറിച്ചു മാറ്റിയ കാൽ വളരുകയും മറ്റുമില്ല.

ഇനി ആലോചിച്ചിട്ടും
വേദനിച്ചിട്ടും കാര്യമില്ല
ഇടതു കാൽ ഒരാശ്വാസമായിരുന്നു
തനിക്കു മാത്രമല്ല
കാലുള്ളവർക്കും
ഇല്ലാത്തവർക്കും!

പക്ഷേ, വേദനയാണു പ്രശ്നം

ഇടയ്ക്കു വലതു കാലിൽ
മിന്നൽപ്പിണരുകൾ പുളയുന്നതായി
അമ്മേ എന്ന് ഉറക്കെ കരയാൻ തോന്നുകയായി
കടുത്ത വേദന, മരുന്നുകൾക്ക്
ഒന്നും ചെയ്യാനാകാത്തതുപോലെ

എന്നും വലതു കാലിന്
കുഴപ്പമേതുമില്ല

തോപ്പിൽ ഭാസിക്കും
ആദ്യം നഷ്ടപ്പെട്ടത് ഇടതു കാൽ
ഇടതു കാൽ തന്നിലിപ്പോഴുമുണ്ടെന്ന്
വലതു കാൽ മാത്രമായി.

നടക്കുമ്പോഴും പറഞ്ഞിരുന്നു
താൻ വലതല്ല
ഇടതു വശം ചേർന്നു പോകാനേ
ഒളിവിലും തെളിവിലും
ഒറ്റക്കാലുമായി ഓടിയപ്പോഴും
അലറിയിരുന്നു.

അമ്മയും അമ്മാവനും
മുതിർന്ന കൂടപ്പിറപ്പും
ഇടതു കാൽ മുറിച്ചാണ്
അന്ത്യശ്വാസം വലിച്ചത്?

കുളിച്ചു തോർത്തുമ്പോൾ
വലതു കാൽ വേദനിച്ചു,

ഒരുപക്ഷേ ഇനി മുറിക്കപ്പെടുക
ഇടതു കാലുകൾക്കു പകരം
വലതു കാലുകളായിരിക്കും?

ഒന്നും സംഭവിക്കാതെ
ഇപ്പോൾ
ഇടതു കാലുകൾ.......
ഇനി മുറിക്കപ്പെടുക
ഏതു കാലുകളാവാം?

ഏഴാം യാമം

ഇപ്പോൾ നീ തിരികെ വന്നതു വെറുതെയായി

നാടകം കഴിഞ്ഞ് ആളുകൾ പിരിഞ്ഞിട്ട്
നേരമേറെയായി....
കേട്ട നിലവിളക്കും
കറുത്തിരുണ്ട തിരശ്ശീലയും
ഭൂമി നിറഞ്ഞ കൂരിരുളും മാത്രം!

നീ ഏറെ നേരത്തേ വരേണ്ടതായിരുന്നു
നാടകം തുടങ്ങും മുൻപ്
ചമയങ്ങൾ പകരും മുൻപ്

നിനക്കുവേണ്ടി കാത്തു നില്ക്കുകയായിരുന്നു ഞങ്ങൾ
ഒഥല്ലോയോ ഡസ്ഡിമോണയോ
മാക്ബത്തോ
ഇയാഗോ തന്നെയോ ആയി
നിന്നെ ഞങ്ങൾ
കരുതി നിർത്തിയിരിക്കുകയായിരുന്നു.

ഇനിയൊരിക്കലും
തിരിഞ്ഞു കയറുകീലെന്നും
മുഖത്തു ചുട്ടികുത്തി
ഉറങ്ങിക്കിടക്കുകികില്ലെന്നും

പഴം പാട്ടുകാർക്കും
രൗദ്ര താളങ്ങൾക്കുമൊപ്പം
ആടിത്തിമിർക്കുകില്ലെന്നും
പേർത്തും പേർത്തും
പറഞ്ഞിട്ടെന്തായി?

ഇപ്പോൾ കാത്തു കാത്തു മടുത്തത്
ഞങ്ങളാണ്;

ഒടുവിൽ നിനക്കു കരുതിയ
കോപ്പണിഞ്ഞ് ഒഥല്ലോ!
സുരഭിലയായ ഡസ്ഡിമോണ.....
അവളുടെ നിലവിളി കേട്ട്
കിടപ്പുമുറിയിലെ വിളക്കുകളെല്ലാം
തെളിഞ്ഞപ്പോൾ
ചുരുണ്ടു കയറിയ തിരശ്ശീല
പലതുണ്ടായി കീറി
ഉറക്കമാരംഭിച്ച ആട്ട വിളക്ക്
പകച്ചു പകച്ചു പുകഞ്ഞു കത്തി
അവളുടെ ഹൃദയം
മുറിഞ്ഞൊഴുകുന്നതു കണ്ട്
ഞങ്ങളും കണ്ണീർ തുടച്ച്....

നേരം വൈകിയിരിക്കുന്നു
ഒരു മിന്നൽപ്പിണരുപോലുമില്ലാതെ

ആകാശം വന്ധ്യമായിരിക്കുന്നു
നീ വന്നതു നന്നായിയെന്നു പറയാൻ
ഒരു ഗാട്ടുകാരൻപോലും
ബോധത്തോടെ
വാതുക്കലില്ലാതിരിക്കുന്നു

പുലരിക്കും പാതിരയ്ക്കുമിടയിൽ
യാമങ്ങൾ പകച്ചു നില്ക്കുന്നു

നീ വന്നതു വെറുതെയായി
നീ വന്നതു വെറുതെയായി........!

നീല മഷിയുള്ള കറുത്ത പേന

മരണം ഇവിടെ മഴപോലെ പെയ്തു പോകുന്നു
മഴപോലെ, മഞ്ഞുപോലെ!

ഇന്നലത്തെ സന്ദർശക
ഇന്ന് ശവപ്പെട്ടി പൂകി
'ഐസു'കളിൽ മാത്രമല്ല
അടച്ചിട്ട പള്ളി മുറികളിലും
സർവ്വകലാശാലാ മതിൽക്കെട്ടിനുള്ളിലും
ശവങ്ങൾ ശവങ്ങൾ!

അവയെ ആരും തിരിഞ്ഞു നോക്കാറില്ല
മുഖപടം മൂടാതെ
മേലെല്ലാം മൂടി
കെട്ടിപ്പൊതിഞ്ഞ്..

ഒരിടയ്ക്ക് നഗരം മുഴുവൻ
ചാവു കുഴികളായിരുന്നു
കെട്ടി മറയ്ക്കപ്പെട്ട
പെട്ടകങ്ങൾക്കു മേൽ
ഇത്തിരി പൂക്കളെങ്കിലും
ആരും അർപ്പിച്ചില്ല;
മരണം ഇപ്പോൾ ഇവിടെ

വേനൽ പോലെ,
തെളിഞ്ഞ ആകാശവും
ചലനമറ്റ ഭൂമിയും രാവിൽ
ചൂടും കുറ്റാക്കുറ്റിരുട്ടും

ഞാനിവിടെ നിന്നും വരുമ്പോൾ
നിങ്ങൾക്കെന്ത് കൊണ്ടുവരണം?

ഒരു പാത്രം നിറയെ
മുന്തിരിച്ചാറ്,
ഒരു സഞ്ചി നിറയെ
സുഗന്ധദ്രവ്യങ്ങൾ?

ഒന്നും വേണ്ട
ഈ നീയൊന്നു
വന്നു കിട്ടിയാൽ മതി!

നിനക്കവിടെ നിന്നും
മടങ്ങാനാവുമോ
എന്നാണെന്റെ സംശയം,
ഭർത്താവും കുട്ടികളുമില്ലാതെ?

എങ്കിലും വരും വന്നേ തീരൂ
പാതി വഴി ഡൊമസ്റ്റിക്കിലും
പാതി ഇന്റർനാഷണിലുമായി
ഞാൻ വരും

എനിക്കു വന്നേ തീരൂ!

വരുമ്പോൾ നിങ്ങൾക്ക്
എന്തു കൊണ്ടുവരണം?
ഒന്നുമേ വേണ്ട
ഇവിടെയും ഇപ്പോൾ
മരണ കാലമാണ്.

നഗരം പുലരുന്നതുപോലും
മരണങ്ങളിലേക്കാണ്
വൈകുന്നേരങ്ങളിൽ
വായിക്കുന്നത്

മരണത്തിന്റെ, രോഗത്തിന്റെ
കണക്കു ബുക്കുകളാണ്!

നീ വരുമ്പോൾ
ഞാനുണ്ടായിരിക്കണമെന്നില്ല
മെഡിക്കൽ കോളേജുകൾ
പുറന്തള്ളുന്നതെല്ലാം
ശവങ്ങൾ..

ഞാനും വീട്ടു തടങ്കലിലാണ്
ആവിഷ്കാര സ്വാതന്ത്ര്യമാണു വീണ്ടും പ്രശ്നം!

നിനക്കത്ര മേൽ നിർബ്ബന്ധമെങ്കിൽ
നീ വരുമ്പോൾ
നീല മഷി നിറച്ചെഴുതാവുന്ന
ഒരു ഫൗണ്ടൻ പേന!

നീ വന്നിട്ട് വേണം
എഴുതിത്തുടങ്ങുവാൻ!

കടും നീല മഷി നിറച്ചെഴുതാവുന്ന
ഒരു കറുത്തപേന!

പുരകെട്ടി മേയാത്തതെന്തേ?

പുരകെട്ടി മേയാത്തതെന്തേ?
പുരകെട്ടി മേയാത്തതെന്തേ?
ഇനിയുമേ വൈകിയാ
ലിടിയും മഴയുമായ്
മിഥുനം വരുന്നേരമെന്ത് ചെയ്യും?
മിഥുനം കഴിഞ്ഞെന്നാൽ കർക്കിടക
പ്പെരുമഴക്കാലത്തിലെന്ത് ചെയ്യും?

മേടലയും തൂണും ചിതലെരിച്ചു
മോന്തായം പാതി ചെരിഞ്ഞുപോയി
മഴപെയ്താലൊരുതുള്ളി
പാഴാകില്ല
അതു പെയ്തൊഴിവോളമില്ലുറക്കം!
പതിയെ പകലെത്തിനോക്കിടുമ്പോൾ
തറയിൽ തെളിയും കിരണവൃത്തം.

പുരകെട്ടി മേയാത്തതെന്തേ? മേട
പ്പകുതിയും വിഷുവും കഴിഞ്ഞല്ലോ
ഇടിയും മഴയും ഒരുങ്ങിടുന്നു
കരിമേഘം വാനിൽ നിരന്നിടുന്നു..

പുരകെട്ടി മേയുവാനോല വേണം
പുര കെട്ടുകൂലിക്ക് കാശ് വേണം

കെട്ടുകാർക്കുണ്ണുവാൻ ചോറ് വേണം
കെട്ടിമടങ്ങുമ്പോൾ കള്ള് വേണം.

ഒരു കാശും ബാക്കിയില്ലുള്ളതെല്ലാം
ദിവസവും ചെലവിനു പോലുമില്ല!

ഇനി വരാനുള്ളതു കർക്കിടകം
അതുവരെ നില്ക്കുമോ മോന്തായം?
പുരകെട്ടി മേയാത്തതെന്തേ? നിങ്ങൾ
പുരകെട്ടി മേയാത്തതെന്തേ?

ഒടുവിൽ ഒറ്റത്തുണിൽ കെട്ടിവച്ച
പഴമുളംകുറ്റി അറുത്തെടുത്തു
വറുതിയിൽ പൊറുതിമുട്ടേറുമ്പോൾ
കരുതലായുള്ളോരു സമ്പാദ്യം!
പിടിയരി സൂക്ഷിച്ച പഴംകലത്തിൻ
തിരുവായിൽ കൈയിട്ടു പരതി നോക്കി,
ഒരു പാതിയോല കടം ചോദിക്കാം
കറികൾ സൂത്രത്തിൽ ചമച്ചുവെയ്ക്കാം!

പുര കെട്ടാൻ ഓലയും വാങ്ങിച്ചു
പണിക്കാരെ രണ്ടുപേരായ് കുറച്ചു!
മഴ മാറി നിന്നൊരു പകലിൽ വീടിൻ
മുകളിൽ ഒരാൾ കേറിപ്പണിതുടങ്ങി,
തെളിയുകയായീ പകലു വീണ്ടും
ഹൃദയത്തിലോലപ്പുര മുകളിൽ!

തറയിൽ പിടുപിടാന്നു പിടഞ്ഞു വീണു
പഴയോലക്കീറുകൾ കരിയും മണ്ണും

താഴെയടുപ്പുകൾ കത്തിയാളി
കുത്തിത്തിളയ്ക്കുന്നു പുന്നെല്ലരി

വിഷുപോലെ ഓണംപോൽ വാവുപോലെ
ഒരു വിധമുത്സവമായി വീട്ടിൽ..

ഇനിവരാം പൂർവ്വ പിതാമഹർക്ക് വാവിൻ
വഴികളിലൂടെയീ വീടകത്ത്
ഒരു ദിനമെങ്കിലും ഞങ്ങളൊപ്പം
കഴിയാമിവരുടെ വേദനയിൽ!

ശരിതെറ്റുകൾ

കേട്ടതൊക്കെയും ശരി
യായിരുന്നീല കേൾക്കാ
നുള്ളതോ അസത്യമാ
ണെന്ന് തോന്നുന്നുമില്ല!

കേൾക്കുവാനിരിപ്പതും
കേട്ടുകൊണ്ടിരിപ്പതും
മാത്രമേ സത്യമെന്നു
ഞാനറിയണമെന്നും ഇല്ല!

ഇത് സത്യമെന്നാകിൽ
ഏതേതസത്യം? വ്യഗ്രാ
ചിരി പൊട്ടുന്നു തലയ്
ക്കുള്ളിലും മേൽച്ചുണ്ടിലും!

ഒരു നിശ്ചയവുമില്ലാ
തിരിക്കുന്നതോ സുഖം?
പരതി നടപ്പതോ
പൊരുന്നി ഇരിപ്പതോ?

കിഴ്മേൽ മറിഞ്ഞുപോ
കുന്നിതാ ലോകം മണ്ണിൽ

തെരുവിൽ നനഞ്ഞു തീരുന്ന പ്രതിമകൾ
എസ് രമേശൻ

ചുവടുറപ്പിക്കാൻ പാടു
പെട്ടു പോകുന്നു ഞങ്ങൾ!

ശരിയേതാവാം ശരി
തെറ്റുകളേതേതാവാം
അറിയുന്നീലന്ത്യമാം
മണിനാദം കേൾക്കുന്നു!

പൂവാക

വാടാതെ കൊഴിയാതെ പൂവാക!
കാറ്റും മഴയും വെയിലുമേല്ക്കാതെ, വന്മര
ഛായയിൽ വർഷങ്ങൾ തീ തിന്നു നീ നിന്നു,
നീയറിഞ്ഞീല നിൻ നീല നിഴലിൽ
വീണുറങ്ങും ഈയാമ്പാറ്റകളെ.
നീയറിഞ്ഞീല നിൻ നിർമ്മല ലോല
ദലങ്ങളിൽ സ്പർശമാകുന്ന
നിന്നോളമെത്തി വളർന്നുനില്ക്കും
രോമന്ഥ ഗന്ധങ്ങളെ
കൂടപ്പിറപ്പായി കൂട്ടായ് ഉഷസ്സുകളോരോന്നിലും
നീ ഓമനിക്കും മൃത്യു മന്ത്രാക്ഷരങ്ങളെ
നീയറിഞ്ഞീലിവയൊന്നും

വാടാതെ കൊഴിയാതെ പൂവാക നീയെത്ര
നാളായി നില്പാണീ ഭൂമിയിൽ.

എന്തേ കൊഴിയാൻ പിറന്ന നീ വേനലിൻ
മുന്നിൽ വേകാതെ പിടിച്ചുനിന്നു?
എന്തേ ഈ ഹേമന്ത സന്ധ്യയിലൊന്നിലു
മെന്തേ
തണുത്തു വിറച്ചലിയാതെ നിന്നു
കാലപ്രവാഹങ്ങളിൽ പട്ടു പോകാതെ
അനാദിയാം പ്രളയ ഹൃദങ്ങളിൽ

വീണു പോകാതെ
വെയിലിലുണങ്ങാതെ
കാറ്റിൽ കൊഴിയാതെ
കൊമ്പിൽ കുടുങ്ങാതെ പൂവാക
നീയെങ്ങിനെന്റെ
ഭ്രമാത്മക ജീവിത വേദനയിൽ
ഇത്ര നാളൊാരേകാന്ത ബിന്ദുവായ്
ജീവിതം തന്നെയായ്
വീണു മരിക്കാതെ
വീണ്ടും പിറക്കാതെ? പൂവാക

പൂവാക വാടാതെ കൊഴിയാതെ
പാടാതെയാടിത്തിമർക്കാതെ നീ നിന്നു?

യാത്രയാകുന്നൂ ഏപ്രിൽ!

യാത്രയാകുന്നൂ ഏപ്രിൽ! നീയൊരു ഭയാനക
യാത്രയും കൂടിക്കഴിഞ്ഞുഗ്ര ഗർജ്ജനത്തോടെ!
ഇളക്കി മറിച്ചിട്ട വഴികൾ
പിന്നിൽ,
മേഘാവൃത
രാത്രികൾ,
കത്തിക്കാളിക്കരിഞ്ഞ പകലുകൾ,

ഭ്രാന്ത ജല്പനങ്ങൾതൻ കത്തിയോട്ടങ്ങൾഅപ
മൃത്യുവിൽ തുവിച്ച മൽ ജീവിത പ്രാരബ്ധങ്ങൾ!
യാത്രയാകുന്നൂ ഏപ്രിൽ.. നിന്നുഗ്ര ഭയാനക യാത്ര!
നീ മടങ്ങുക
യാണോ അതോ
വീണ്ടും വീണ്ടും തിരികെ
വരാൻ മാത്രമുള്ളതാം
യാത്ര പോകുകയാണോ?

എങ്ങനെ കഴിഞ്ഞു നിന
ക്കിത്ര ക്രൂരയാകുവാൻ?
ഇത്ര ആവേശത്തോടെ
ആഞ്ഞാഞ്ഞു പതിക്കുവാൻ?
കാരുണ്യത്തിൻ
കെട്ടുകളഴിക്കുവാൻ?

എല്ലാം നോക്കി
നോക്കി നിന്നിത്ര നിന്ദ്യമായ് വീണ്ടും
പുഞ്ചിരി പൊഴിക്കുവാൻ?

കത്തിയാളിടും വേനലായിരുന്നില്ലല്ലോനീ
എത്ര സൗമ്യ ദീപ്തമായിരുന്നൊട്ടു–
നാൾമുൻപുംവേനൽമഴ–
യായി നീ വന്നു പതിച്ചതും

നിൻസമതലങ്ങളെ നനച്ചുതോർത്തി
കണിക്കൊന്നകൾ നിര നിര–
യായ് വച്ചു വിഷുക്കണിയൊരുക്കിത്തെളിച്ചതും
ഏപ്രിൽ,
എങ്ങനെ കഴിയുന്നു
നിനക്കിത്ര ക്രുദ്ധയായ്
എന്നെയും നോക്കി നോക്കിനില്ക്കുവാൻ?

യാത്രയാകുന്നൂ ഏപ്രിൽ!
നീയൊരു ഭയാനക
യാത്രയും കൂടിക്കഴി
ഞ്ഞുഗ്ര ഗർജ്ജനത്തോടെ!

കറുത്ത നെയ്പ്പായസം

കറുത്ത നെയ്പ്പായസ–
മെത്രമേലിഷ്ടം, ശ്രേഷ്ഠം
അതിനുള്ളിലെ മൂത്തുവിളഞ്ഞ
വറുത്ത തേങ്ങാക്കൊത്തും,
കറുത്ത മുന്തിരിത്തരി
ക്കൂട്ടത്തിൻ മധുരവും
ഇഷ്ടമാണിഷ്ടം, ഇപ്പോൾ
കുട്ടികൾക്കാർക്കും പക്ഷേ
ഇഷ്ടമില്ലയീകറു
കറുത്ത
നെയ്പ്പായസം, ശർക്കര
പ്പരിപ്പ് പായസം,
ശ്രേഷ്ഠമെങ്കിലും ഒട്ടും.

കറുത്തതൊന്നും ഇഷ്ട–
മില്ലാത്ത കുഞ്ഞുങ്ങൾ, അവർ
നല്ലകറുത്തകുഞ്ഞുങ്ങളാ
ണെങ്കിലുമവർക്കിഷ്ടം
വെളുത്ത നിറമുള്ള
കൂട്ടുകാരെ,
ആകാശംപോൽ
വെളുത്തനിറമുള്ള

തെന്ത് തന്നെയാകിലും;

വളർച്ചയെത്തിക്കഴിയുമ്പോഴോ
അവർക്കിഷ്ടം
വെളുത്ത കാമുകിമാരെ
സഹധർമ്മിണിമാരെ
(നാളെപ്പിറക്കും തന്നെപ്പോലല്ലാത്ത, നല്ല
വെളുത്ത കിടാവുകളുണ്ടാകാൻ!)

കറുത്തതെല്ലാമന്തസ്സില്ലാത്തതാം
വെറുപ്പിന്റെ
പ്രതിരൂപങ്ങൾ, പിന്നെ
കഴിപ്പതെങ്ങനെയവർ കുട്ടികൾ
കറുത്ത നെയ്പ്പായസം?

ചേർത്തലയ്ക്കടുത്തുള്ള വാരനാട്
അവിടുണ്ട്
പേരു കേട്ടൊരു ദേവീ ക്ഷേത്രവും
നിവേദ്യമായ്, പായസം
അറുനാഴി
പ്പായസം അതെത്രമേൽ
സ്വാദിഷ്ടമെന്നോ,
നാവിൻതുമ്പിൽ
കൊതിയൂറുന്നു; അതും
കറുത്തു മുറുകിയ പായസം!
പരിപ്പും നെയ്യും ചേർന്ന,
സദ്യക്കു വിളമ്പുന്ന
കറുത്ത പായസത്തേക്കാളു
മെത്ര
മേലത്യുത്തമം!
അന്നത്തെ കുട്ടികൾക്കതും ഏറെ
ഇഷ്ടമായിരുന്നതു രുചി
ച്ചറിഞ്ഞൊരുടെ
യെല്ലാം കുട്ടികൾക്കിന്നിഷ്ടം
വെളുത്ത പാൽപ്പായസം!
വെണ്മതൻ പരിശുദ്ധി!

തിളച്ചമണ്ണിൽ കുംഭം
മീന മാസങ്ങൾതോറും

കണിച്ചുകുളങ്ങര ഉത്സവം
കൂടാൻപോയ കാലങ്ങൾ..
പുത്തൻ
കലം കരിക്കൽ
ക്ഷേത്രം ചുറ്റി തിരി
പിടുത്തം, വേല
പടേനി,
രാത്രി നേരം
പുലരും വരെ നീളും
നൃത്ത നൃത്യങ്ങൾ, സാംബ
ശിവന്റെ കഥാ കാലക്ഷേപം
പൊട്ടിവിടർന്നു മാനംപൂക്കും
വെടിക്കെട്ടു പൂരവും!
വിശന്നാൽത്തിന്നാൻ, കലം
കരിച്ച കറുപ്പാർന്ന പായസം!
അന്നു കറുപ്പ് നിറം ഞങ്ങൾ
കുട്ടികൾക്കെല്ലാമെന്തെന്തിഷ്ടം?

വെളുത്ത സേമിയായെപ്പറ്റി
കേട്ടു കേൾവി പോലുമേയില്ല!

കറുത്ത പായസം വേണ്ട ഞങ്ങൾക്ക്
പറയുന്നു കുട്ടികൾ
കറുപ്പിനെക്കുറിച്ചിവർ
പഠിച്ചതും
പഠിക്കാനിരുപ്പതും
വെറുപ്പിൻ പാഠങ്ങളാ
ണൊഥല്ലോവിനെപ്പോലെ
കറുത്ത ആഫ്രിക്കപോലെ
കറുത്ത നീഗ്രോകളെപ്പോലെ, മനുഷ്യരെ
മയക്കിക്കിടത്തുന്ന
കറുത്ത കറുപ്പ് പോൽ!

കറുത്ത പാൽപ്പായസമില്ലല്ലോ?
ഉണ്ടോ? എങ്കിൽ തരൂ
കഴിക്കാം!
നെയ്പ്പായസം? പുട്ട്
കടല, ചോറ് കറി?
ഞങ്ങൾക്ക് മതിയായി

നമുക്ക് ചില്ലീ ചിക്കൻ.
ഷവർമ്മ, ബർഗ്ഗർ, കോള, മട്ടൻ
ബിരിയാണി, കുഴിമന്തി,
നമുക്ക് വെളുപ്പേറും
സേമിയപ്പായസം, വെളു–
വെളുത്ത വർത്തമാനപ്പത്ര
ത്താളുകൾ..
വെളുക്കെച്ചിരിച്ചുകൊണ്ടറുത്തു
വീഴ്ത്താൻ മൂർച്ച
കുറഞ്ഞ കൊലക്കത്തി!

കറുത്ത നെയ്പ്പായസം
വേണ്ടയെന്തിന്?
കറുപ്പ് തന്നെ വേണ്ട
വെളുപ്പ് പരക്കട്ടെ!

ഉത്സവപ്പിറ്റേന്ന്

ഉത്സവ പ്പിറ്റേന്നൊരു വേദന
ഉത്സവപ്പിറ്റേന്ന്,
ആനയും വെടിക്കെട്ടും താലവും
കഥാ കാലക്ഷേപവും
നൃത്ത സംഗീതാവിഷ്കൃത
ബാലെയും, ആരവങ്ങളും
പോയ
ഉത്സവപ്പിറ്റേന്നൊരു വേദന!

റാന്തൽ വെട്ടത്തിൽ വട്ടം
കൂടിയും കൂടാതെയും
കാശെറിഞ്ഞാവേശത്താൽ
കുലുക്കി കുത്തുന്നവർ
കൂരിരുൾ മറയത്ത്
മുട്ടലും ഉരുമ്മലും
കുടിയും അടിപിടിപ്പേക്കുത്തും
വാറ്റു ചാരായത്തിന്റെ
രൂക്ഷ ഗന്ധവും, പൊടി
കാപ്പിക്കു വെള്ളംതിളച്ചുയരും
സമോവറിൻ പാട്ടും
എല്ലാം ചേർന്ന
ഉത്സവം, മഹോത്സവം!

വേനൽ വെക്കേഷൻ കാലം,
സ്കൂളു പള്ളിക്കൂടം പൂട്ടി;
വീടാകെ വിരുന്നുകാർ
കേറിയുമിറങ്ങിയും,
കോന്തല കുത്തി, ക്കാലിൽ
ചക്രങ്ങൾ ഘടിപ്പിച്ചു
ഓടിക്കൊണ്ടിരിക്കുന്ന
അമ്മമാരമ്മൂമ്മമാർ
കായരിയുന്നോർ, കറി
ക്കരിഞ്ഞ് പാകം നോക്കി
പായസത്തിനു തേങ്ങ
ചിരണ്ടിത്തിരുമ്മുന്നോർ
വീടട, ച്ചിടവഴി
താണ്ടിയും, വരമ്പത്തു
കാലിടറാതെ
നോക്കിക്കുതിച്ചും,
വഴിതാണ്ടി
പൂനിലാവിൽ ദൂരെ
കേൾക്കുന്ന ചിലമ്പിച്ച
ചെണ്ടമേളവും,
മൈക്കിലൂടൊഴുകിയ
പാട്ടു കച്ചേരിതൻ
സരിഗമയും,
കാൽനടവണ്ടി കേറി
യമ്പലത്തിലേക്കുള്ള
രാത്രി യാത്രയും
ഉത്സവം
സർവ്വോൽകൃഷ്ടം
ഉത്തമം!

എന്നാൽ
ഉത്സവപ്പിറ്റേന്നെന്നും വേദന!
തുറസ്സായ
അമ്പലപ്പറമ്പുറ-
ങ്ങുന്ന കാഴ്ചകൾ
ചപ്പും
ചവറും ശവങ്ങളായ്
ചിതറിക്കിടക്കുന്ന
കാഴ്ചകൾ.

ചെണ്ട ചേങ്ങല ഊട്ടു
പുരതൻ ചുവരിൽ തൂങ്ങീടുന്നു,
ഉച്ച ശീവേലി പോലും പേരിൻ
ഉത്സവമറിയാത്ത
ഉത്സവപ്പിറ്റേന്നുക
ളറിയാ കുഞ്ഞുങ്ങൾക്ക്;
അവർക്കുത്സവങ്ങളെന്തെന്ത്?

എന്നും വന്നു
പോകുന്ന പരീക്ഷക
ളവർക്കുത്സവങ്ങൾ,

ഇന്നു ചോദ്യങ്ങളില്ല
ഉത്തരം മാത്രം മതി
ഉത്തരം താങ്ങിക്കേഴും
പല്ലികൾ മാത്രം മതി!

ഇന്നലെ രാവിൽ
ടീച്ചർ
ഓൺലൈനിലറിയിച്ചു
ഈ വർഷപ്പരീക്ഷകൾ
മാറ്റിവച്ചിരിക്കുന്നു
(ആൾ പ്രൊമോഷനെല്ലാർക്കും!)

പരീക്ഷയില്ലാതായാൽ
പരീക്ഷപ്പിറ്റേന്നില്ല
പരീക്ഷപ്പിറ്റേന്നില്ലേൽ?
വിജയം സുനിശ്ചിതം!

ഇലക്ഷൻതന്നെ ഇല്ലാ
താവുകിൽ രാജ്യം സ്വന്തം!
ചിലയ്ക്കുന്നാരോ പൊട്ടി
ച്ചിരിക്കുന്നുണ്ടാരൊക്കയോ!

ഉത്സവപ്പിറ്റേന്നിന്നും വേദന!
വേദന, കഠിനമാം വേദന!!

ഒറ്റയ്ക്കു പാടും കിളികൾ

ഒറ്റയ്ക്കു പാടും കിളികളെപ്പോൽ
മുറ്റത്തെ മുത്തശ്ശി മൂവാണ്ടൻ മാങ്കൊമ്പിൽ
നിത്യം പറന്നു വരാറുള്ള നീ–
യൊത്തിരി നാളായി വന്നിട്ട്,

പാടിയും കേണും പകലിരുളോളം
മൂളിയും
ചുടു നെടുവീർപ്പിട്ടും,
ഒറ്റയ്ക്കു പാടും കിളി നീ, നിന്നെ
ഒത്തിരി നാളായി കണ്ടിട്ട്!

ഒറ്റയ്ക്കു പാടും കിളികളെപ്പോൽ
ഒറ്റയ്ക്കു പാടും കിളി!

എന്തേ പിണങ്ങിപ്പിരിഞ്ഞു പോയ് വന്ന പോൽ
എന്തേ ഇവിടെ തനിച്ചിരിക്കാൻ?

കണ്ണീർ തുടച്ചും
ആരുമേ കാണാതെ
ചെല്ലച്ചിറകു കുടഞ്ഞും നനവാർന്ന
കണ്ണുകൾ കൂമ്പിത്തുറന്നും
മൗനങ്ങൾ മൂളിയും
എന്നുമുറുന്ന നിൻ
പാട്ടിന്റെ ഈണത്തിൽ

ഉറങ്ങിയുണരുന്ന പോൽ..?
എന്തേ ഇവിടെ
ഒറ്റയ്ക്കു വന്നിരിക്കാൻ..?

ഇങ്ങനെയായിരുന്നീല നീ..!

കുന്നിൻ ചെരുവിലെ
പൂക്കാമരങ്ങളിൽ, കൂട്
കൂട്ടിയും കൂട്ടാതെയും,
കൂടും കിളിക്കൂട്ടത്തിലുണ്ടാ
യിരുന്ന നീ!
പാട്ടുകൾക്കെല്ലാമുണർവ്വിന്റെ പാട്ടായി
പിൻപാട്ടായും
പാടിയാടി പറന്നെത്തുവോരി
ലൊന്നാമതായ്
കൂട്ടു പിരിയാതെ വന്നിരിക്കും നീ!

ആരാണ് നിന്നെയകറ്റി
യതാരാണ്?
കൂട്ടത്തിൽ കൂട്ടാതിരുപ്പത്?

ആരാണ് നിൻ കൂടടച്ച് പിണ്ഡം വച്ചതാരാണു
നിൻ കൊടും കാടുകൾക്കെല്ലാം
മുകളിലിരുട്ടിൻ കരിമ്പടം മൂടിയ
താരാണു? നിൻ പാട്ടിൽ തീയില്ല
'നീ മാത്ര':മെന്നു പഴിച്ചതാരാണ്?

നീയൊരേ പാട്ടൊരേ
രാഗത്തിലാണാലപിപ്പതെന്നും
ആകെയപശ്രുതിയാണു നീയെന്നുകല്പിപ്പതും
ആരാണ്?

കരുതൽ

എവിടെ നില്പതുണ്ടവിടെ മാത്രം നില്ക്ക
മുൻ പിൻ തിരിയാതെ
ഇടം വലം പോയി
വഴി തെറ്റീടാതെ
എവിടെ നില്പതുണ്ടവിടെ നില്ക്കുക!

കടുത്ത ചൂടിന്ന്, കൊടും
തണുപ്പിന്നലെ, നാളെ വേഗം
കൊടുങ്കാറ്റാഞ്ഞടിച്ചുയരുമെന്നാണു
പ്രവചനം; കനത്ത നാശങ്ങൾ
പ്രതീക്ഷിപ്പൂ!
തെരുവിലാണിവരൊരുപാട് നാളായി
പൊരുതുകയാണിടം വലം നോക്കാ-
തിരുളിലും ചുട്ടു പഴുത്ത മദ്ധ്യാഹ്ന
ദുസ്സഹ വഹ്നി തൻ
വടുക്കൾ വിണ്ടുള്ളം
എരിഞ്ഞു കത്തിയും
മഹാരാജധാനിക്കരികിൽ പാതകൾ
നിറഞ്ഞു മാസങ്ങൾ പലതായ്
തെരുവിലാണിവർ

കടൽ വിലക്കുണ്ട്
കരയിൽ വേലികൾ
നിരന്നിട്ടുമുണ്ട്,

ഗാട്ടുകാർ
നിരന്തരം ചുറ്റിത്തിരിയുന്നുമുണ്ട്,

നിരോധനാജ്ഞകൾ നിശാനിയമങ്ങൾ
അതിർത്തികൾ തോറും
കനത്തകാവലുകൾ,
ബയണറ്റേന്തിയ
കൂലിപ്പടകൾ!

വിടില്ല ആരെയും പുറത്തേക്ക്
ഈ ബന്ദി ഗൃഹത്തിൽ നിന്ന്
വിടില്ല ആരെയും പുറത്തേക്ക്
അകത്തേക്കും,
വരും വരായ്കകൾ
നിരന്തരം പ്രക്ഷേപണം
ചെയ്തിരുന്നതോർക്കുക!

പറച്ചിൽ നിർത്തുക പ്രവൃത്തി നിർത്തുക
പുറത്തിറങ്ങാതെ
ചടഞ്ഞിരിക്കുക, കിടക്കുക, വീണ്ടും
മരണം സ്വപ്നം കണ്ടുണരുക!
ഇതൊക്കെ മാറിടാം, മാറാതെ–
യിരിക്കയുമാകാം..............!

അറിയുകിന്നലെയിരവിലും അവർ
അയൽപക്കങ്ങളിൽച്ചീറി
അലറിയെത്തിപോൽ
മരണവാഹകർ,
നിലവിളികേട്ടു ശബ്ദം
ആഞ്ഞു വലിപ്പതും കേട്ടു:
പിന്നീടെല്ലാം മറന്നുറങ്ങിപ്പോയ്!

സമയം? എത്രയായ് സമയം?..........

അറിയുകയിന്നലെയിരവിലും അവർ
അയൽപക്കങ്ങളിൽ............

മരണത്തിൽനിന്നു മരണത്തിലേക്കു
സ്വയം പതിക്കല്ലേ,
അപകടം തിരിച്ചറിയുക!

ഇതെല്ലാം നിങ്ങളെ
കരുതിയാകുന്നു
നിങ്ങൾ തൻ പരിരക്ഷ,
അതുമാത്രം ലക്ഷ്യം!

ജനൗഷധങ്ങൾ
ജീവൻ പകരുംനിങ്ങൾക്ക്
നിങ്ങൾക്ക്
കിടപ്പാടങ്ങൾ!

എവിടെയാകുന്നു കിടപ്പ്
അവിടെ മാത്രം
കിടക്കുവാനുള്ള
ഉറങ്ങുവാനുള്ള, പകൽ–
ക്കിനാവുകാണേണ്ട പ്രകൃതി
നിങ്ങൾക്ക്!

ചലനങ്ങളർത്ഥ വിരാമങ്ങൾ
വിമർശനങ്ങളുമായി
നടന്നു പോകുന്ന വഴികൾ ഞങ്ങൾക്ക്

കടല് ഞങ്ങൾക്ക്
കര ഞങ്ങൾക്ക്
പുലരികൾ ചുകന്ന പൂകോർത്ത
നീല നിറം പകർന്ന
ആകാശം ഞങ്ങൾക്ക്.

ഇതെല്ലാം നിങ്ങൾക്കായ്
കരുതി വയ്ക്കേണ്ട
സമയമായെന്ന തിരിച്ചറിവുണ്ട്
അതേ .
എല്ലാം നിങ്ങൾക്കുള്ള
കരുതൽ,
കരുതൽ മാത്രമെന്നറിയുക.

എവിടെ നില്പതുണ്ടവിടെ നില്ക്കുക
മുൻ പിൻ തിരിയാതെ
ഇടംവലം പോയി
വഴി തെറ്റിടാതെ
എവിടെ നില്പതുണ്ടവിടെ നില്ക്കുക..

മുത്തുക്കോയ

മുത്തുക്കോയ എന്ന നാമ പദം
നമുക്കേറെ പരിചിതം
താൻ എന്തിനു ഇല്ലാതാക്കപ്പെട്ടുവെന്നും
ആരാരാൽ ഇല്ലാതാക്കപ്പെട്ടുവെന്നും
തനിക്കും അവർക്കും
അറിയാതിരിക്കുന്നുവെങ്കിൽ
അയാൾ മുത്തുക്കോയ,
ലക്ഷദ്വീപുകാരൻ മുത്തുക്കോയ!

ഹോസ്പിറ്റൽറോഡിലെ
വസന്ത് മെഡിക്കൽസിന് സമീപം
സഹദേവന്റെ മുറുക്കാൻ കടയ്ക്കും
വെള്ള കാൽ ശരായി ഇട്ട
ക്യാപ്പിറ്റോൾ എന്ന
കേരളത്തിലെ ആദ്യ ബാർബർ
ഷോപ്പിന് എതിർവശത്തും
അയാൾപോലും അറിയാതെ
പിറകിൽ കത്തിവീണ്
മുത്തുക്കോയ ഇല്ലാതായി!
അയാളെ കൊന്നവരും
അയാളെ കൊല്ലാൻവന്നവരും
അയാൾക്കുപകരം
കൊല്ലപ്പെടേണ്ടിയിരുന്നവനെന്ന

കീർത്തികേട്ടവരും
ചരിത്രം!
മുത്തുക്കോയ
ഇല്ലാതായെന്നത് മാത്രം മാത്രം സത്യം;
അയാൾ
രക്തസാക്ഷിപോലുമായില്ല!
വൻ കരയിൽ മുത്തുക്കോയ കൊല്ലപ്പെടുമ്പോൾ
ലക്ഷദ്വീപിൽ ഒരാൾപോലും
കൊല്ലപ്പെട്ടിരുന്നില്ല!

പാവം ലക്ഷദ്വീപ്
പാവം മുത്തുക്കോയ!